D1772386

அன்பும் அறமும்

சரவணன் சந்திரன்

சரவணக்குமார் என்கிற இயற்பெயரைக் கொண்ட, தொழில்முறை ஹாக்கி விளையாட்டு வீரரான இவர் சென்னைக் கிறித்துவக் கல்லூரியில் இளங்கலை தமிழ் படித்தவர். மதுரை, தேனி, கோவில்பட்டி என பல ஊர்களைச் சொந்த ஊராகக் கொண்ட இவர் தற்போது சென்னையில் வசிக்கிறார். ஆறாம்திணை, மின் தமிழ், காலச்சுவடு, இந்தியா டுடே போன்ற அச்சு மற்றும் மின் ஊடகங்களில் பணிபுரிந்த இவர் கடந்த பத்தாண்டுகளுக்கும் மேலாக காட்சி ஊடகத்தில் பணி புரிந்திருக்கிறார். விஜய் டீவி, ஜீ தமிழ் போன்ற காட்சி ஊடகங்களில் பல்வேறு நிகழ்ச்சிகளில் பல்வேறு பொறுப்புகளில் இருந்திருக்கிறார். ஹிந்து தமிழ், உயிர்மை, ஆனந்த விகடன், மின்னம்பலம் உள்ளிட்ட பல்வேறு பத்திரிகைகளுக்கு கட்டுரைகளும் எழுதிவருகிறார். அச்சு ஊடகம், மின் ஊடகம், காட்சி ஊடகம் என ஊடகங்களின் பல்வேறு வகைகளிலும் இவரது பங்களிப்பு இருந்திருக்கிறது என்பது குறிப்பிடத்தக்கது. சென்னையில் நவநாகரிக மீன் அங்காடியகம் ஒன்றையும் கடந்த பத்தாண்டுகளாக நடத்தி வருகிறார். வேளாண்மையைத் தொழில் முறையாகச் செய்துகொண்டும் இருக்கிறார்.

ஆசிரியரின் பிற நூல்கள்

ஐந்து முதலைகளின் கதை (நாவல்)

ரோலக்ஸ் வாட்ச் (நாவல்)

அஜ்வா (நாவல்)

பார்பி (நாவல்)

சுபிட்ச முருகன் (நாவல்)

வெண்ணிற ஆடை (வாழ்வியல் கதைகள்)

பாவத்தின் சம்பளம் (வாழ்வியல் கதைகள்)

எக்ஸ்டஸி (கட்டுரைகள்)

மதிகெட்டான் சோலை (கட்டுரைகள்)

கடலும் மகனும் (கட்டுரைகள்)

அன்பும் அறமும்

சரவணன் சந்திரன்

கிழக்கு

அன்பும் அறமும்
Anbum Aramum

Saravanan Chandran ©

First Edition: December 2018
144 Pages
Printed in India.

ISBN: 978-93-86737-61-8
Kizhakku 1119

Kizhakku Pathippagam
177/103, First Floor, Ambal's Building, Lloyds Road,
Royapettah, Chennai - 600 014. Ph: +91-44-4200-9603
Email : support@nhm.in I Website : www.nhm.in

kizhakkupathippagam I kizhakku_nhm

Author's Email: saravanamcc@yahoo.com

Cover Photo: Vallabai arunachalam

Kizhakku Pathippagam is an imprint of New Horizon Media Private Limited

The views and opinions expressed in this book are the author's own and the facts are as reported by the author, and the publishers are not in any way liable for the same.

All rights reserved. No part of this publication may be reproduced, stored in a retrieval system, or transmitted, in any form or by any means, electronic, mechanical, photocopying, recording or otherwise, without the prior permission of the publishers.

இளவல் கார்த்திக் புகழேந்திக்கு...

பொருளடக்கம்

	அறத்தின் இன்னொரு முகம்	 09
	என்னுரை	 17
1.	கூண்டுப் புறாக்கள்!	 21
2.	விதிகளை மீறிய ஆட்டம்!	 27
3.	போதிமரத்து மந்திரம்!	 33
4.	எதையும் கடந்தவர்கள்!	 40
5.	எங்கே தொலையக் கொடுத்தோம்?	 47
6.	பெத்துக் கெட்ட வயிறுகள்!	 53
7.	குடை நிழல்!	 59
8.	உடலே மந்திரம்!	 64
9.	கலர்க் கனவுகள்!	 69
10.	இரவு வெள்ளிகள்!	 74

11.	மறையும் சாம்பிராணிப் புகை!	 79
12.	நெருப்பில் வாட்டிய சுடுசொல்!	 84
13.	பணமும் குணமும்!	 89
14.	பிணைப்பில்லாத கைகள்!	 94
15.	பேரம் பேசத் தெரியாதவர்கள்!	 99
16.	போலிப் பெருமிதங்கள்!	 104
17.	வழி மீறும் விதிகள்!	 109
18.	பயமென்பது ஒரு பழக்கம்!	 114
19.	தள்ளாடி மேலெழும் தலைமுறை!	 120
20.	கூட்டாஞ் சோற்றுக் கணக்கு	 126
21.	ஊடுருவிப் பாய்பவர்கள்!	 131
22.	கூடிச் சேர்க்கும் பொருள்!	 137

அறத்தின் இன்னொரு முகம்

'அறம் வெல்லும் மறம் வீழும்' என்ற பொதுப்புத்தி நிலவுகிற தமிழர் வரலாற்றில் உண்மையிலே அறம் இருக்கிறதா? யோசிக்க வேண்டியுள்ளது. சங்க இலக்கியப் படைப்புகள் முதலாகத் தமிழிலக்கியப் பரப்பில் பெரிதும் வலியுறுத்தப்படும் சொல் அறம். பூமியில் மனித இருப்பு, காலங்காலமாக எதிர்கொள்கிற சமூகரீதியிலான பிரச்சினைகளையும், தனிமனிதச் சிக்கல்களையும் கடந்து சென்றிட அறத்தை முன்னிறுத்துவது வழக்கமாக உள்ளது. அறம் என்ற சொல்லின் பின்னர் பொதிந்திருக்கிற நுண்ணரசியல் வலுவானது. அறத்தின் இன்னொரு எதிரிணையான விதியானது, பிறப்பு, பால் அடிப்படையில் ஒவ்வொருவருக்கும் தனித்தனியாக விதிக்கப்பட்டுள்ளது என்ற வைதிக இந்து மதத்தின் கருத்து, இன்றளவும் தமிழர் வாழ்க்கையில் ஆதிக்கம் செலுத்துகிறது. விதியின் விளையாட்டு, விதியை வெல்ல முடியுமா, விதியின் கைப்பாவை போன்ற சொல்லாடல்கள் கவனத்திற்குரியன. அறம் என்ற சொல்லானது ஆட்சியதிகாரத்தில் இருந்து ஆள்கிறவர்களின் நலன்களைப் பேணுவதற்காகப் பெரிய அளவில் பயன்பட்டுள்ளது. பொதுவாக மதங்கள் வலியுறுத்துகிற ஐம்புலன்களை அடக்கியொடுக்குதல் என்ற நடத்தையானது அறமெனப் போற்றப்பட்டதில், உடைமைச் சமூகம் வலுவடைந்த சூழலில், அடக்கியொடுக்கப்பட்ட அடிமை உடல்களை உருவாக்குதல் அடங்கியுள்ளது. அறம் என்பது விளிம்புநிலையினருக்குச் சார்பானது என்ற கருத்தியல் ஒருவகையில் நம்பிக்கை சார்ந்தது. தீமையை எதிர்த்திடும் ஆற்றல் அறத்தின் வயப்பட்டது என்ற பொதுப்புத்தி காரணமாகத்தான் ஒடுக்கப்பட்டோர் வரலாறு முழுக்க அடங்கி இருக்கின்றனர். இன்றைய இளைய தலைமுறையினருக்கு அறம் பற்றிய பிரக்ஞையோ புரிதலோ இருந்திட வாய்ப்பு இல்லை.

நுகர்பொருள் பண்பாட்டில் எல்லாம் சந்தைக்கானதாக மாற்றப்படுகிற நிலையில், மதிப்பீடுகளின் வீழ்ச்சியும் தொடங்கியுள்ளது. என்றாலும் படைப்பு சார்ந்து இயங்குகிற சில படைப்பாளர்கள் அறத்தின் மாண்பைப் போற்றுகின்றனர்; எழுத்தின் வழியாகக் கண்டறிந்த உண்மைகளைச் சித்திரிக்கும்போது, அறச்சீற்றமடைகின்றனர். அறத்தையும் அன்பையும் முன்னிறுத்தி சரவணன் சந்திரன் எழுதியுள்ள கட்டுரைகளை வாசித்தபோது, இன்னும் அறம் இருக்கிறது என்ற நம்பிக்கை ஏற்படுகிறது. கங்கை ஒருபோதும் வற்றாது என்பதுபோல அறம் என்றும் நிலைத்திருக்கும் என்று தோன்றுகிறது. அன்பின் வழியது அறம் எனப் புதிய போக்கினைக் காட்டியுள்ள சரவணனின் கருத்தியல், இன்றைக்கு நிரம்பத் தேவைப்படுகிறது. சரவணன் சித்திரிக்கிற அறத்தை முன்னிறுத்தி நிரம்பப் பேசுவோம். அன்பைப் பற்றியும்தான்.

ஆனந்த விகடன் இதழில் தற்செயலாக வாசிக்க நேர்ந்த நண்பர் சரவணன் சந்திரனின் 'அன்பும் அறமும்' என்ற தொடரின் தலைப்பு, என்னைக் கவர்ந்தது. ஒவ்வொரு வாரமும் அறத்தை முன்வைத்து சரவணன் விவரித்த காட்சிகளும், அனுபவங்களும் மனிதர்களும் எனக்கு நெருக்கமானவர்களாக இருந்தனர். மேனாமினுக்கி, கருமி, பொறுக்கித்தனம், சுயநலம் போன்ற அற்ப விஷயங்கள் எங்கும் ஆதிக்கம் செலுத்துகிற நவீன வாழ்க்கையில் எதன்மீது நம்பிக்கை வைப்பது என்ற கேள்விக்கு விடையாக சரவணனின் விவரணைகளைக் கருதிட வேண்டியுள்ளது. எளிய மொழியில் தருக்கரீதியில் சரவணன் விவரித்துள்ள வாழ்வியல் கதைகள் தழுவிய கட்டுரைகள், பிரசுரமானபோது, அவை வாசகர்களால் விருப்பத்துடன் வாசிக்கப் பட்டன. எனக்கு முந்தைய தலைமுறையினர் வாழ்க்கைக்கு அவசியம் எனக் கருதிய அறத்தினை எதிர்வரும் இளந்தலைமுறையினர் அறிந்திடும் வகையில் சரவணனின் எழுத்து முயற்சி அமைந்துள்ளது. உலகமயமாக்கல் காலகட்டத்தில் அறம் என்பதன் நீட்சியாக அன்பின் வெளிப்பாடு எங்கும் படர்ந்திட வேண்டியதன் அவசியம் இன்று எல்லா மட்டங்களிலும் உணரப்பட்டுள்ளது. அறன் எனப்பட்டதே இல்வாழ்க்கை என்று விளக்கமளிக்கிற திருவள்ளுவர், திருக்குறளின் பாயிரத்தில் 'அறன் வலியுறுத்தல்' எனத் தனியாகப் பத்துக் குறள்களைச் சொல்லியிருப்பது, தற்செயலானது அல்ல. சிவில் சமூகத்தில் அறத்தின் முக்கியத்துவத்தை வலியுறுத்துவது வள்ளுவரின் நோக்கமாகும். யோசிக்கும்வேளையில் சமூக ஒழுங்கு அல்லது ஒழுக்கத்தின் ஆதாரமாக அறம் விளங்குவதை அறிந்திட முடிகிறது.

பதற்றமும் பயமும் எங்கும் பற்றிப் படர்கிற இன்றைய வாழ்க்கை குறித்து மறுபரிசீலனை செய்ய வேண்டிய நேரமிது. எல்லோருக்கும்

முன்கூட்டியே ஏதோவொரு திட்டம் காத்திருக்கிறது. எலியோட்டமாக ஓடிட வேண்டிய நெருக்கடி துரத்துகிறது. இயற்கையின் பிரிக்கவியலாத தன்மையை அறியாமல், எதுவும் செய்யலாம் என மனிதர்கள் பூமியை நாசமாக்கிடத் துடிக்கின்றனர். பூமிப் பந்தில் நுழைந்தது எவ்வளவு யதார்த்தமோ அதுபோல பூமியைவிட்டு வெளியேறுவதும் யதார்த்தம்தான். இடைப்பட்ட காலத்தில் மனிதர்கள் செலுத்துகிற வன்முறையும் அதிகாரமும் எல்லாவிதமான விழுமியங்களையும் சிதிலமாக்குகின்றன. கையறு நிலையில் தவிக்கிற மனிதர்களுக்குத் தேறுதல் சொல்வதற்காக ஏற்படுத்தப் பட்ட மதங்கள், ஒருநிலையில் மனிதனைக் குள்ளமாக்கி விட்டன. உலகின் முதன்மையான பாசாங்குக்காரரும் கொடுங்கோலருமான கடவுளின் இருப்பு அல்லது மறைவு துயரங்கள் பல்கிப் பெருகிட வழி வகுத்துள்ளது. 'ஏன் தேவனே என்னைக் கை விட்டீர்?' எனத் தேவகுமாரன் சிலுவையில் தொங்கியபோது கதறிய கதறல், இன்னும் காற்றில் மிதக்கிறது.

பனிக்குடம் உடைந்து தாயின் வயிற்றில் இருந்து வெளியேவரும் பச்சிளம் சிசு, ஒரு மணி நேரத்திற்குள் அம்மாவின் மார்பில் பால் குடித்திடக் கற்றுக்கொள்கிறது. காலந்தோறும் புதிய விஷயங்களைக் கற்றிட முயலும் முயற்சியானது, சிசுவின் மரபணுவில் பொதிந்திருக்கிறது. ஒவ்வொரு நாளும் சமூகத்தில் எதிர்கொள்கிற அனுபவங்களைச் சரியாக உள்வாங்கிக்கொள்கிற மனிதர்கள், இறுதிவரையிலும் கற்றலைத் தொடர்கின்றனர். 'எல்லாம் எனது கைக்குள்' என்ற பிரேமைக்குள் சிக்கியவர்களின் நடைமுறை வாழ்க்கை, துயரத்தில் ததும்புகிறது. யதார்த்தத்தில் புனைவு எழுத்தாளர்கள் ஒருபோதும் கற்பனை செய்திட இயலாதவாறு நாளும் சம்பவங்கள் நடைபெறுகின்றன. 'ஐந்து முதலைகளின் கதை' நாவல் தொடங்கி வெற்றிகரமான நாவலாசிரியராக விளங்குகிற சரவணன், தான் கண்டு, கேட்டு அறிந்த கதைகளை விவரிக்கிற முறை, ஒருவகையில் அதிர்ச்சியை அளிக்கிறது. அதிகாரம், போலிப் புகழ்ச்சி, வீண் பெருமை, ஊழல், ஆடம்பரம், தற்பெருமை என அலைந்து திரிகிறவர்கள் ஒருபுறம் எனவும், கடுமையாக உழைத்து நேர்மையான முறையில் எளிய வாழ்க்கை வாழ்கிறவர்கள் இன்னொருபுறம் எனவும் இருவேறு உலகங்களை அடுத்தடுத்துச் சித்திரிப்பதுடன், சமூக விழுமியங்களை நாசுக்காகச் சொல்வது சரவணன் எழுத்தின் தனித்துவம்.

அன்றாட வாழ்வில் மனிதன் தவறு செய்வது இயற்கை. அதே வேளையில் செய்த தவறு குறித்து குற்ற மனம் இல்லாமல் கடந்து போவது இயல்பாகிப்போன சூழலில் என்ன செய்வது என்ற கேள்வியை நூலில் இடம் பெற்றுள்ள சில கட்டுரைகள்

முன்வைக்கின்றன. வாலிப வயதிலே சமூக விரோதச் செயல்களில் ஈடுபட்டு, கொலை உள்ளிட்ட சம்பவங்களை எவ்விதமான வருத்தமும் இன்றி, சாதாரணமாகச் செய்த சூசையண்ணன், வயதான காலத்தில் தவிக்கிற தவிப்பும் படுகிற பாடுகளும் கவனத்திற்குரியன. ஏன் சூசையண்ணனுக்கு இப்படியான வன்முறை வாழ்க்கை லபித்தது என்பதற்கு விடை எதுவுமில்லை. யாரோ ஒருவரின் தேவைக்காக சாகச மனநிலையுடன் செய்த கொலைகள் தந்த உற்சாகம் ஒருபுறம் என்றால், அந்தக் கொலைகளின் பின்விளைவாக எப்பொழுது தான் கொல்லப்படுவோமோ என எந்த நேரமும் அஞ்சி நடுங்குகிற வாழ்க்கை இன்னொருபுறம் காத்திருக்கிறது. சூசையண்ணன்போல தான் செய்த தவறுகளுக்கு வருந்தாமல், தொடர்ந்து வன்முறையில் ஈடுபடுகிறவர்கள் வாழ்வின் இறுதிவரையிலும் சௌகரியமாக இருக்கச் சாத்தியமுண்டு. அறத்தின் மீதான அக்கறையினால், சரவணன் மறச்செயல்களைக் கண்டிக்கும்வகையில் தனது எழுத்தினைக் கட்டமைத்துள்ளார் என்று சொல்லலாமா?

தெருவோரக் கடைகள் முதலாக வணிகம் குறித்த பதிவுகள், தனிமனித வாழ்க்கையின் மேம்பாட்டின் ஆதாரமாக விளங்குவது நுட்பமாகப் பதிவாகியுள்ளன. சரவணன், தொழில் தொடங்குவதில் இருக்கிற சிக்கல்களைக் கிழக்குத் தைமூர் நாட்டில் ரமலோவிட மிருந்து கற்றுக்கொண்ட பாடங்கள், வாசிப்பில் வியப்பை ஏற்படுத்துகின்றன. முதலீடு, முதலீட்டாளனின் தகுதி பற்றிய பேச்சுகளின் பின்புலத்தில் அறம் பொதிந்திருக்கிறது. ‘தேவைக்கு அதிகமான விஷயங்களை நீ யாரிடமும் கேட்காதே, தேவைக்கு அதிகமான விஷயங்களை யாரிடமும் சொல்லாதே’ என்ற ரமலோவின் மந்திர வாசகம் தொழிலுக்கு மட்டுமல்ல, நடப்பு வாழ்க்கைக்கும் பொருந்துகிறது. உணவகத்தில் தரத்தைத் தொடர்ந்து பின்பற்று கிறவர்கள் தவறிப் பிறந்தவர்கள் அல்ல. ‘பணத்திற்காக எதையும் செய்யலாம். யாரையும் ஏமாற்றலாம் என்பது ஒரு காலகட்டத்தின் மனநிலையாக மெல்ல உருண்டு திரண்டு வந்துகொண்டிருக்கிறது’ என்று ஆதங்கப்படுகிற சரவணனின் பார்வையில் அசலையும் போலியையும் இனம் பிரித்துக் கண்டறிந்து வாழ்கிறவர்கள்தான் நாகரிக சமூகத்தின் ஆன்மாக்கள்.

‘எதையும் கடந்தவர்கள்’ என விவரிக்கப்பட்டுள்ள சம்பவம், நடப்புச் சமூகத்தின் இன்னொரு முகம். குறிப்பாக இளம் தலைமுறையினர் செய்த தவறு பற்றிய பதற்றமின்றி இயல்பாக இருப்பதாக மாறிவரும் சூழல், எப்படிச் சாத்தியம் என்ற கேள்வி தோன்றுகிறது. இதுவரை சமூகம் கட்டமைத்திருந்த ஒழுங்கு, ஒழுக்கம், அறம் குறித்த அக்கறை எதுவுமற்ற நிலையில், துளிகூட குற்ற உணர்வின்றி இருக்கிற

இளைஞன்/இளைஞியை எதில் சேர்ப்பது? குறைந்தபட்சம் நல்லது எது, கெட்டது எது என்ற புரிதல் இன்றி வளர்கிறவர்கள்தான் மிதமிஞ்சிய சுயநலத்தில் எதையும் செய்யத் தயாராகின்றனர். 'குற்றவுணர்வே கொள்ள வேண்டியதில்லை என்கிற மனநிலையை இவர்களுக்குக் கடத்தியது யார்? ஒரு குற்றம் நடந்தால் அது எல்லோருக்கும் பொறுப்பிருக்கிறது என்பது பாலபாடம். ஒளிந்து மறைந்து திரிந்து ஒரு தலைமுறை செய்ததை இப்போது இவர்கள் வெளிச்சத்தில் செய்ய ஆசைப்படுகிறார்கள்... ஒரு சமூகம் எதை வேண்டுமானாலும் உதறி விடலாம். அடிப்படை அறம் சார்ந்த குற்றவுணர்வை மட்டும் உதறிவிடக் கூடாது என்று எளிமையாகப் புரிந்துகொள்கிறேன். தொகுக்கப்பட்ட குற்றவுணர்வுகளின் வழியாகத் தான் ஒரு சமூகம் அடுத்த கட்டத்திற்கு நகர்கிறது என்பதை அழுத்தமாக நம்புகிறேன்' என்று நூலில் சரவணன் குறிப்பிட்டிருப்பது, யோசிக்க வைக்கிறது. குற்றம் செய்வது பிரச்சினை அல்ல. குற்றம் குறித்த குற்ற மனம் இல்லாமல் உருவாகிக்கொண்டிருக்கிற இளந்தலை முறையினர்தான் பிரச்சினைக்குரியவர்கள். இத்தகையோரிடம் அன்பும் இல்லை, அறமும் இல்லை என்பது வேதனையளிக்கிறது.

இன்றைய பொருளியல் வாழ்க்கையில் குடும்ப உறவுகள், சிதிலமாகி, அர்த்தமற்றுப் போவதைச் சில சம்பவங்கள் மூலம் சரவணன் விவரித்திருப்பது, வாசிப்பில் நெகிழ்ச்சியை ஏற்படுத்துகிறது. பெற்றோர் பொருளியல்ரீதியில் சிரமப்பட்டுப் படிக்கவைத்த குழந்தைகள், வளர்ந்து, வேலைக்குப் போய், திருமணமான பிறகு, அவர்களைப் புறந்தள்ளுவது, சமூக அடுக்கில் எல்லா மட்டங்களிலும் இன்று துரிதமாக நடைபெறுகிறது. தமிழரின் பாரம்பரியமான குடும்ப வாழ்க்கையைத் தொலைப்பது வேகவேகமாக நடைபெறுவது குறித்த கட்டுரை, சரவணனின் ஆதங்கமாக வெளிப்பட்டுள்ளது. முன்னர் கிராமத்து வாழ்க்கையில் யாரோ ஒருவரின் கேள்விக்குப் பயந்து, குடும்பத்தில் நடைபெறும் அத்துமீறல்கள் கட்டுக்குள்ளிருந்தன. இன்று அடையாளம் இழந்திட்ட நகரமயமான வாழ்க்கையில், சின்ன மனவருத்தம்கூட அடைய வேண்டாத நிலையில், வயதான பெற்றோர்களைக் கைவிடுவது சாதாரணமாகிவிட்டது. கனியிருப்பக் காய் கவர்ந்திடும் நிலையில், கசப்பான சொற்களைச் சொல்வதனால் முறிந்திடும் குடும்ப உறவுகள் கட்டுரை, நுட்பமாகப் பிரச்சினையை அணுகியுள்ளது. சுடுசொற்களைப் பேசுவதன் மூலம் நாசமடையும் கணவன்-மனைவி உறவு, குடும்ப உறவுகள் பற்றிய விவரிப்பு, நாற்பதாண்டுகளுக்கு முன்னர் ஊர்ச் சாவடியில் இருந்துகொண்டு, ஆலோசனை வழங்கிய பெரியவர்களை எனக்கு நினைவூட்டுகிறது.

மதம், இளமைக் கனவுகள், கண்காணிப்பு, பேரம், போலிப் பெருமிதம், கானகத்து விலங்குகள், பயம், போதை, குடிவெறி, வறுமை, கிராமத்து எளிய மனிதர்கள் என விவரிக்கப்பட்டுள்ள அனுபவம் சார்ந்த பதிவுகள், வாசிப்பில் வாசகர்களைத் தொந்தரவு செய்கின்றன; சமநிலையைச் சிதிலமாக்குகின்றன. குறிப்பாகக் குடியினால் சீரழிந்துகொண்டிருக்கும் தமிழக இளைஞர்களின் மனைவி, பிள்ளைகள் அடைந்திடும் துயரங்களுக்கு அளவில்லை. இன்றோடு மதுக் குப்பிகள் கிடைக்காது என்பதுபோல, மட்டமான சரக்கினைக் குடித்துத் தீர்த்திட முயன்று மட்டையாகிடும் வாலிபர்கள், ஒருவகையில் உளவியல் நோயாளிகள். இன்னும் சாதிக்க வேண்டிய வயதில் சீக்குக் கோழிபோல தலையைத் தொங்க விட்டுத் திரிகிற குடிநோயாளிகளான வாலிபர்கள் குறித்த சரவணனின் அவலம் தோய்ந்த பதிவுகள், நிகழ்ந்து கொண்டிருக்கிற அபாயத்தை முன்னறிவிக்கின்றன. குடியினால் சீரழிந்திடும் வாழ்க்கை வாழ்கிறவர்கள், குடும்பத்தில் அன்பையும் சமூகத்தில் அறத்தையும் இழந்து தட்டையாகி விட்டனர்.

இருபத்தோரு கட்டுரைகளில் சரவணன் விவரித்துள்ள சம்பவங்களும் அதனையொட்டிய அவருடைய கறாரான அபிப்பிராயங்களும் முக்கியமானவை. சரவணனின் கட்டுரைகள் வாரந்தோறும் ஆனந்த விகடன் பத்திரிகையில் பிரசுரமானபோது, லட்சக்கணக்கான வாசகர்களால் வாசிக்கப்பட்ட நிலையில், நிச்சயம் குறைந்தபட்சம் 10,000 வாசகர்களின் மனதில் ஆழமான தாக்கத்தை ஏற்படுத்தியிருக்க வாய்ப்புண்டு. சவசவத்த சூழலில், கெட்டி தட்டிய இறுக்கமான மனதுடன் ஈரம் எதுவுமில்லாமல் வாழ்கிற மனிதர்களின் வாழ்க்கை குறித்துக் கேட்கப்பட்டுள்ள நுட்பமான கேள்விகள், ஒவ்வொரு கட்டுரையையும் உயிரோட்டம் மிக்கதாக மாற்றிவிட்டன. தற்பொழுது நூல் வடிவம் பெற்றுள்ள கட்டுரைகளை ஒட்டுமொத்தமாக வாசிக்கும்போது ஏற்படுகிற அதிர்வுகள், தமிழ்ச் சமூகத்தில் ஆழமாக வினையாற்றக்கூடியன. தமிழரின் நடப்பு வாழ்க்கை குறித்து அறிந்திட விழைகிறவர்கள் ஒவ்வொருவரும் அவசியம் 'அன்பும் அறமும்' நூலை வாசித்துவிட்டு, அது உருவாக்கிடும் முடிவற்ற பேச்சுகளை விவாதிக்க வேண்டும்.

அச்சு ஊடகத்திலும், காட்சி ஊடகத்திலும் பல்லாண்டுகள் பணியாற்றிய சரவணனின் விவரிக்கிற சம்பவங்களின் மொழி, சுவாரசியமாக உள்ளது. எந்த விஷயத்தை எப்படிச் சொல்ல வேண்டுமென்ற திட்டம் எதுவுமில்லாதபோதிலும் சரவணனின் ஊடக அனுபவம், அவரை அற்புதமான கதைசொல்லியாக மாற்றியுள்ளது. அறிவுரை வழங்கினால், யாரும் அதைப் பொருட்படுத்தாத சூழலில், நடப்புச்

சமூகம் குறித்த பேச்சுகளை உருவாக்கிடும்வகையில் எழுதுவது என்பது ஒருவகையில் சவால்தான். ஏதோவொரு வெகுஜனப் பத்திரிகையின் பக்கங்களை வாரந்தோறும் நிரப்பிடும் முயற்சி என்றில்லாமல், தன்னைச் சுற்றிலும் நடக்கிற விஷயங்களை நுட்பமாக அவதானித்து, பொதுப் புத்தியில் அதிர்வை ஏற்படுத்த சரவணன் முயன்றிருப்பது, இன்றைய காலகட்டத்தின் தேவையாகும்.

ஒரு தலைமுறையினர் கண்டறிந்திட்ட நுணுக்கமான விஷயங்களை அடுத்த தலைமுறையினருக்கு அளிப்பது என்பது பட்டறிவின் தனித்துவம். இத்தகைய அறிவுமயமான காலச் சங்கிலியின் கண்ணி, இன்று அறுபட்டுள்ளது. பிராய்லர் கோழிபோல கல்விக்கூடங்களில் வளர்க்கப்படுகிற பதின் பருவத்தினர் அசலான அறிவு இல்லாமல், வறண்டிருக்கின்றனர். எல்லாம் ஆயத்தமயமாகிப்போன சூழலில், சுயமுன்னேற்ற நூல்கள், போட்டித் தேர்வுக்கான நூல்கள் போன்றவற்றை மட்டும் வாசித்து, உயர்ந்த நிலையை அடைந்திடத் துடிக்கிற இளைய தலைமுறையினர், தாங்கள் இழந்தது எது என்ற புரிதல் இல்லாமலும், சமூகத்துடன் பொருந்திப் போகமுடியாமலும் தத்தளிக்கின்றனர். தன்னைச் சுற்றிலும் நடைபெறுகிற காத்திரமான விஷயங்களைப் புரிந்திடாமல் ஒதுங்குவதுடன், தன்னையும் ஒதுக்கிக்கொண்டு வாழ்கிறவர்கள் எண்ணிக்கை பெருகிக் கொண்டிருக்கிற காலகட்டத்தில், சரவணனின் ‘அன்பும் அறமும்’ நூல், நுட்பமான பாதிப்புகளை ஏற்படுத்தும் ஆற்றல் மிக்கது. உன்னதமான மதிப்பீடுகள் சரிவடைந்த பின்புலத்தில், அசலான கதைகளுடன் நவீன வாழ்க்கையின் வீழ்ச்சி குறித்த சரவணனின் தீவிரமான இலக்கியப் பதிவுகள், இன்னும் தொடர்ந்திட வேண்டும். இளைய தலைமுறைப் படைப்பாளியான சரவணன் சந்திரன் அறத்தைப் பற்றிக் காத்திரமாக எழுதியிருப்பது எனக்கு மகிழ்ச்சி அளிக்கிறது. வாழ்த்துகள் சரவணன் சந்திரன்!

என்றும் அன்புடன்,
ந. முருகேசபாண்டியன்
மதுரை

என்னுரை

புனைவுகளில் பார்த்த, கேட்ட, உணர்ந்த வாழ்வியல் கதைகளைச் சுதந்திரமாக, மனக்கிலேசம் இல்லாமல் கலப்பதைப்போல, கட்டுரைகளிலும் ஏன் விரவி விடக்கூடாது என்கிற எண்ணம் நீண்ட காலமாகவே என்னைத் துரத்தி வந்திருக்கிறது. கட்டுரைகள் என்றாலே புள்ளி விவரங்களை மட்டுமே அதிகமும் தெளித்தே ஆகவேண்டுமா என்கிற உளைச்சலும் இருந்தது. இந்தியா டுடே பத்திரிகையில் பணிபுரிகையில், அதற்கான வாய்ப்பு அமைந்ததில்லை. அப்படி நிகழ்த்திப் பார்க்கிற துணிவும் எழுந்ததில்லை அப்போது. எப்போதாவது முகநூல் குறிப்புகளில் அப்படி எழுதிப் பார்த்தபோது அவற்றிற்குக் கிடைத்த வரவேற்பு, நினைத்தது சரிதானோ என்கிற எண்ணத்தையும் உறுதி செய்தது. பயனாளர்களே எந்த ஒரு விவகாரத்திலும் பாதையைத் தீர்மானிக்கிறார்கள். வணிகன் என்கிற வகையில் அது என்னுடைய புரிதலுக்கும் உட்பட்டதே.

ஆனந்த விகடனில் இருந்து நண்பர் சார்லஸ் அழைத்து, "அன்பும் அறமும் என்ற தலைப்பில் தொடரொன்று எழுத முடியுமா?" என்று கேட்டவுடனேயே பழைய எண்ணம்தான் துருத்திக்கொண்டு முன்னே வந்தது. "எதை வேண்டுமானாலும் இந்தச் சட்டகத்திற்குள் எழுதுங்கள்" என்று அவர் சொன்னபோது சட்டென நெஞ்சிற்குள் மகிழ்ச்சி பரவியது. அப்போது உடனிருந்த நண்பர்களான சாம்நாதனும் கடங்கநேரியானும் இளங்கோவன் முத்தையாவும் உடனடியாக எழுதச் சொல்லி உற்சாகப்படுத்தினார்கள். தவிர, சமூகத்தின் பல்வேறு தட்டுக்களில் இருப்பவர்களைப் பிரதிநிதித்துவப் படுத்துகிற மாதிரி பல்வேறு தலைப்புகளில் எழுதவேண்டும் என்கிற என்னுடைய எண்ணத்தைச் செயல் வடிவத்திற்குக் கொண்டுவருவதற்கான வாய்ப்பாகவும் இந்தத் தொடரை உணர்ந்தேன். உண்மையைச்

| 17 |

சொல்ல வேண்டுமெனில், இந்தத் தொடர் எனக்கு மிகச் சிறந்த பயிற்சிக் களமாகவும் இருந்தது.

ஒரு சரடைப் பிடித்துக்கொண்டு அதில் சமூகத்தின் பல்வேறு தட்டுப் பூக்களைத் தேர்ந்தெடுத்துப் பொறுக்கி மாலையாகக் கோர்க்கிற உத்தி இத்தொடரில் அமைந்தும் வந்தது. வணிகம் துவங்கி பல்வேறு வகையான துறைகளில் உருவாகி வரும் மாற்றங்களை ஒரு குடைக்குள் கொண்டுவருவதற்கான வாய்ப்பாகவும் இத்தொடரைப் பயன்படுத்திக்கொள்ள முடிந்தது. எங்களுக்கு அடுத்த தலைமுறைக் கான செய்திகளையும் இதன் வழியாகச் சொல்லவும் முடிந்த வகையில் திருப்தியே. கடந்த இருபதாண்டுகளில் உறவுகளுக்குள், சமூக யதார்த்தங்களுக்குள் ஊடாடிய மாற்றங்களை என்னளவில் நேர்மையாகப் பதிவு செய்ய முயன்றிருக்கிறேன்.

இடப் பற்றாக்குறை காரணமாகத் தொடரில் சில கட்டுரைகள் முழுமையாக வெளிவரவில்லை. இப்போது புதிதாகச் சில சம்பவங் களைப் பல கட்டுரைகளில் சேர்த்திருக்கவும் செய்திருக்கிறேன். தொடரில் இடம்பெறாத சில கட்டுரைகளும்கூட இருக்கின்றன இதில். இந்தத் தொடருக்குக் கிடைத்த வரவேற்பு தொடர்ச்சியாக எழுதுவதற்கான உத்வேகத்தைக் கொடுத்தது. மூத்த எழுத்தாளர், ந. முருகேச பாண்டியன் அவர்கள் வாரா வாரம் இதைப் படித்துவிட்டு, அடுத்த அத்தியாயத்தை மேம்படுத்த நிறைய ஆலோசனைகளை வழங்கினார். தொடர்ச்சியாக எழுத்துத் துறையில் என்னைச் செலுத்துகிற விசையாகவும் இருக்கிறார் அவர். இந்தப் புத்தகத்திற்கு அதனாலேயே அவர் முன்னுரையையும் எழுதித் தந்திருக்கிறார். எங்களுக்கு மூத்த தலைமுறை எங்களின் புரிதல்களை எப்படி உள்வாங்கிக் கொள்கிறது என்பதற்கான உரைகல்லும்கூட இது.

பத்திரிகையுலக முன்னோடியும் விகடன் ஆசிரியருமான ரா. கண்ணன் அவர்களுக்கு இந்த நேரத்தில் நன்றிக்கடன்பட்டவனாக உணர்கிறேன். அவர் இல்லாதிருந்தால் இந்தத் தொடர் சாத்தியமே பட்டிருக்காது என்பதைத் தனிப்பட்ட முறையிலும் அறிவேன். ஆனந்த விகடனில் பொறுப்பில் இருக்கிற நண்பர்கள் சுகுணா திவாகர், அதிஷா, பரிசல் கிருஷ்ணா ஆகியோரை நன்றியோடு நினைத்துக் கொள்கிறேன். தொடரை மேம்படுத்துவதில் அவர்கள் சொன்ன ஆலோசனைகளும் இத்தொடருக்கு வலு சேர்த்தன.

இத்தொடரில் பல்வேறு தலைப்புகளுக்கு அடியில் ஒளிந்திருக்கிற மனிதர்களின் வாழ்க்கை பாசாங்கில்லாதது. கிட்டதட்ட இதில் வருகிற பல மனிதர்களை நேரிலேயே சந்தித்திருக்கிறேன். அவர்களே இந்தத் தொடருக்கான கச்சாப் பொருட்களை

எனக்கருளியவர்கள். வாழ்வில் தன்னை உருக்கி பிறருக்கு வெளிச்சம் காட்டும் அந்த மனிதர்கள் அத்தனை பேரையும் இந்த நேரத்தில் நன்றியோடு நினைத்துக் கொள்கிறேன். என் புத்தகங்கள் எல்லா வற்றையும் வெளிவருவதற்கு முன்பே பல முறை படித்துத் திருத்தங்கள் சொல்லி மேம்படுத்த உழைக்கும் தம்பியும் எழுத்தாளருமான கார்த்திக் புகழேந்திக்கு இந்தப் புத்தகத்தை சமர்ப்பணம் செய்வதில் நூறுசதவிகிதம் மகிழ்கிறேன். நானூறு மீட்டர் தொடர் ஓட்டத்தில், நமக்கான தூரத்தைக் கடந்தவுடன் குச்சியை அடுத்தவர் கையில் கொடுக்கும் குறியீடாகவும் இந்த சமர்ப்பணத்தை உணர்கிறேன்.

வழக்கம்போல இந்தப் புத்தகத்திற்கும் அட்டைப் படத்தை வடிவமைத்துத் தந்த நண்பன் சந்தோஷ் நாராயணனுக்கும் இதை வெளியிடும் கிழக்கு பதிப்பகத்திற்கும் நன்றி. தனித் தனியாகப் படிப்பதைவிட ஒட்டுமொத்தமாகப் புத்தகமாகப் படிக்கும்போது, புதுவித அனுபவத்தைத் தருமென உறுதியாக நம்புகிறேன். ஏனெனில் இதுவும் ரத்தமும் சதையுமான மனிதர்களின் கதையே!

சரவணன் சந்திரன்
சென்னை

1

கூண்டுப் புறாக்கள்!

வானம் பார்த்து மேலே வரத் துடிக்கும் பல்லாயிரக்கணக்கான இறால் மீன்களின் மீசைகள் ஊசியெனக் குத்தும் குளிர் காலத்தின் அதிகாலையில், மரக்காணம் பக்கத்தில் இருக்கிற வளர்ப்பு இறால் பண்ணையொன்றின் கரையோரமாக அமர்ந்து என்னோடு பேசிக் கொண்டிருந்தார் சூசையண்ணன். அவர் கடல்புற மாவட்ட மொன்றைச் சேர்ந்தவர். அந்த இடத்தில் தஞ்சமடைந்து பதுங்கி யிருந்தார். அவர் முன் செய்த வினைகளுக்கான எதிர்வினைகளைச் சுமந்த அரிவாள்கள் அவரைத் துரத்திக் கொண்டிருந்தன. கருணையே இல்லாத வெட்டுகளுக்குப் பயந்து அவர் தன்னை எல்லா வகைகளிலும் உருமாற்றியிருந்தார். அவரும் இதுமாதிரியான குறிவைத்த பல வெட்டுகளைப் பார்த்தவர்தானே?

சூசையண்ணன் தன்னை அடையாளம் காட்டும் அவரது மீசையை இதன் காரணமாகவே மழித்திருந்தார். சூசையண்ணனுக்கு அழகே அவருடைய மீசைதான். இறால்கள் மீசையில்லாமல் பார்க்கச் சகிக்காது. மீசையில்லாத இறால்கள் சிலவேளைகளில் அச்சமூட்டக் கூட செய்யும். அதனதன் இயல்பை விட்டு இயற்கையை மீறி விலகும் எதுவும் அச்சமூட்டவே செய்யும். விதம் விதமாய் மீசை வைத்த அவரது வீரம் முற்றிலும் அடங்கியிருந்தது. பயம் அவரது கண்களைச் சுற்றி தடைசெய்யப்பட்ட ரெட்டை மடி மீன்பிடி வலைகளைப்போல கருவளையமாய்ச் சுற்றியிருந்தது. கரை மேல் ஒரு ஒடிந்த படகைப்போல அமர்ந்திருந்த சூசையண்ணன் அச்சூழலில் அச்சமூட்டவில்லை எனக்கு. பிறகு எச்சூழலிலும்.

எட்டுப் பேர் கொண்ட குடும்பத்தின் கடைக்குட்டி அவர். மிகச் சிறந்த கால்பந்தாட்ட வீரரும்கூட. அந்தப் பகுதியில் அவருடைய அப்பா மிகச் சிறந்த யோக்கியவாதி என அறியப்பட்டவர். ஊருக்கே படியளக்கிற இடத்தில் அவருடைய அப்பா தன்னை வைத்திருந்தார். 'கடைக்குட்டிய மட்டும் பூசை போடற படிப்பு படிக்க வச்சிறணும்' என அவருடைய அம்மாவிடம் சொல்லியபடியே இருப்பாராம். சூசையண்ணனுக்குக்கூட ஃபாதருக்குப் படிக்க வேண்டும் என்கிற ஆசை இருந்திருக்கிறது. இதைச் சொல்லும்போது வெறுமையை வெளிக்காட்டும்படியாகச் சிரித்துக்கொண்டே, ''சிலுவைய ஏந்துற தரத்தில என்னை வச்சு பாக்க நினைச்சாங்க. நான் கத்தியத் தூக்கிட்டு சுத்துற மாதிரி வாழ்க்கை வளைச்சுப் போட்டுருச்சு'' என்றார்.

90களின் துவக்கத்தில் தென் மாவட்டங்களில் பற்றிச் சூழ்ந்த சாதிச் சண்டைகள் மூட்டிய தீயில் அவர் தன் வாழ்க்கையை எரித்துக் கொண்டதை விவரிக்க ஆரம்பித்தார். சாதிக்காக ஆதாயச் சம்பவங்களைச் செய்கிற குழுவில் மாட்டிக்கொண்டார். ''நம்மளையும் நாலு பேர் திரும்பிப் பாக்கணும்ங்கற தெனவு. அந்த தெனவு எப்படியிருக்கும் பாத்துக்கோடே. யானை மாதிரி நம்மளை நினைச்சுக்கச் சொல்லும்'' என்றார். அதன் காரணமாக அவர் மீது பல வழக்குகள் இன்னும் நிலுவையில் இருக்கின்றன. கொலை, கொலை முயற்சி என சகல பாவங்களையும் செய்ததற்கான வழக்குகள் அவை. அவர் செய்யாத செயல்களுக்குமான தண்டனைகளும் இருந்தன அதில்.

ஆனாலும் நான் நல்லவன் என எதையும் அவர் நியாயப்படுத்த வில்லை. நியாயத் தீர்ப்பு நாளன்று அப்படி எதையும் ஆணித்தரமாக வாதிட்டு விட முடியாது என்பதையும் உணர்ந்தே இருந்தார். ''பாவியாயிட்டு பாதிரியார் மாதிரி பேசிக்கிட்டிருக்கேன்னு மட்டும் நெனைச்சுக்காதீங்க. மீன் வித்தா செண்டா மணக்கும் உடம்பில. சந்தடிசாக்கில மீன் விக்கறவங்கள கேவலப்படுத்துறேன் பாருங்க. தின்ன சோத்த மறக்கறதுதான் இதுவும். இப்ப புதுசா இதுக்குள்ள வர்ற பயல்க இதையெல்லாம் தெரிஞ்சுக்கிடட்டும். நாடி தளர்ந்துருச்சுன்னா மீசைய மழிச்சுத்தான் ஆகணும்'' என்றார். சாதிக்காகத்தான் அதைச் செய்தேன் என்பதை மட்டும் அழுத்தம் திருத்தமாக மறுபடி மறுபடி பல்வேறு சந்தர்ப்பங்களில் சொல்லிக் கொண்டே இருந்தார். மரணம் தனக்குக் கிட்டத்தில் வந்து விட்டதென போகிற போக்கில் ஒருதடவை சொன்னார்.

சூசையண்ணன் இப்போது சாதிய ஆதாயத் தொழில்களுக்குச் செல்வதில்லை. திருமணமும் செய்து கொள்ளவில்லை. இவர் கல்லூரியில் படித்தபோது ஒரு பெண்ணைக் காதலித்திருக்கிறார்.

ரௌடித் தொழிலுக்கு வந்த பிறகு அந்தக் காதலும் அரும்பு மீசைபோல விலகிவிட்டது. நிறையச் சம்பாதித்திருக்கிறார். அந்தப் பெண்ணிற்கு இன்னொரு இடத்தில் திருமணமும் ஆகிவிட்டது. எல்லா சம்பாத்தியத்தையும் நகை நட்டுகளாக மாற்றி கழுத்திலும் கைகளிலும் போட்டுக்கொள்வது அவரது முதலீட்டு நடவடிக்கை களில் ஒன்று. ''எங்க எந்தச் சூழல்ல இருப்போம்னு தெரியாது. காசில்லாட்டி ஒவ்வொண்ணையா கழத்தி வித்துக்குவேன்'' என்றார். எப்போதாவது மறைந்து ஒளிந்து ஊருக்குப் போகும்போது அந்தக் காதலியின் மகனுக்குக் கொஞ்சம் சங்கிலிகளைக் கொண்டுபோய்க் கொடுத்துவிட்டு வருவார். ''இந்தா பாரு தம்பி. எனக்கு எந்த கெட்ட நோக்கமும் இல்லைன்னு அவளோட வீட்டுக்காரண்ட்ட தெளிவா ஒருநாள் கூப்ட்டு சொல்லிட்டேன். அவனும் ரெம்ப நல்லவன். புரிஞ்சுக்கிட்டான்'' என்றார். சூசையண்ணனின் அப்பா தவறி விட்டார். அம்மா அதற்கு முன்னமே அடக்கமாகிவிட்டார். பெற்றோர்களின் சமாதிகளைப் போய்ப் பார்ப்பதற்காகவே ஊருக்குப் போவதை வழக்கமாக வைத்திருந்தார். ''நல்லவேளை ரெண்டு பேரும் சமாதியாயிட்டாங்க. இல்லாட்டி சிறுகச் சிறுக கொன்னிருப்பேன்'' என்றார்.

உடன் பிறந்தவர்களுக்கு எந்தத் துயரங்களும் தந்துவிடக்கூடாது என்பதற்காக வலுக்கட்டாயமாக ஒதுங்கி நிற்கிறார். ''வெட்ட வர்ற அரிவாளுக்கு இன்னாரு இவருன்னுல்லாம் அடையாளமெல்லாம் தெரியாது தம்பி. அதுக்கு ரத்தம் மட்டும்தான் தேவை. வீசுறதுல வெட்டியா தப்பு செய்யாதவங்க மாட்டிக்கக் கூடாது'' என்றார். சூசையண்ணன் இப்போதுகூட தொழிலுக்குப் போகலாம். இருகரம் கூப்பி வரவேற்க ஆட்கள் தயாராகவே இருக்கிறார்கள். அவர் சம்பவங்களைக் களத்தில் இறங்கிச் செய்யத் தேவையில்லை. சம்பவங்களுக்கான வரைபடங்களைத் தயாரித்துத் தந்தாலே, அதைப் பயன்படுத்திக்கொள்ளப் புதியவர்கள் தயாராகவே இருக்கிறார்கள். ஆனாலும் ஏன் போகவில்லை என்று அவரிடம் கேட்டபோது, தன்னைத் திருப்பிப் போட்ட அந்தச் சம்பவத்தைச் சொன்னார்.

பணம் கொடுக்கல் வாங்கல் சம்பந்தமான தகராறு ஒன்றிற்கு பஞ்சாயத்துப் பேசப் போயிருக்கிறார். கொடுத்தவரும் இவருடைய சாதி. கொடுக்க வேண்டியவரும் இவருடைய சாதி. கொடுக்க வேண்டியதற்குக் கொஞ்சம் கூடுதலாகவே வட்டி போட்டுக் கேட்டு மிரட்டியிருக்கிறார்கள். இவர்கள் மிரட்டிக் கொண்டிருந்தபோது கொடுக்க வேண்டியவர் இவரது முகத்தையே உற்றுப் பார்த்துக் கொண்டிருந்திருக்கிறார். சூசையண்ணனை அவர் அடையாளம் கண்டுகொண்டார். பஞ்சாயத்துப் பேசப் போன மற்றவர்களை

வெளியே போகச் சொல்லிவிட்டு சூசையண்ணனிடம் தனியாகப் பேச வேண்டுமெனச் சொல்லியிருக்கிறார். மற்றவர்கள் போகத் தயங்கியபோது எல்லோரையும் போகச் சொல்லிவிட்டார் சூசையண்ணன். ''அவரு எல்லாரையும் போகச் சொல்றப்பயே கண்ணுல இருந்து தண்ணி கொட்டுறதுக்கு ரெடியாகிட்டு இருந்தத நான் பாத்தேன். வேற என்னவோ சொல்லப் போறாருன்னு நெனைச்சேன். ஆனா கடைசியில என் கண்ணுல தண்ணியக் காட்டிட்டாரு'' என்றார்.

அவர்கள் கேட்ட பணத்தை விட இன்னும் எத்தனை இலட்சங்கள் வேண்டுமானாலும் தந்து விடுகிறேன் என்று சொல்லியிருக்கிறார் எதிரில் இருப்பவர். ''எந்திரிச்சு நின்னு கைய பிடிச்சிக்கிட்டு கேவிக் கேவி அழறாரு. உங்கப்பா ஊருக்கே சோறு போட்டிருக்காரு. கஷ்ட காலத்தில அங்க போயி சாப்பிட்டிருக்கேன். அவரு பிள்ளை நீ இப்படி வந்து நிக்கறீயேன்னு அழறாரு. ஊருக்கே சோறு போட்ட மனுஷனோட பிள்ளை இப்ப இப்படி பாவச் சோறு திங்கறீயேன்னு கேட்டதும் நான் ஆடிப் போயிட்டேன். பாதிரி ஆக வேண்டியவன் பாவச் சோறு திங்கறேனேன்னு ஆழமா தோணிருச்சு. மயிறு போனா என்ன உயிரு போனா என்ன? இனிமே இந்த பேப் பொழப்ப பாக்கக்கூடாதுன்னு முடிவெடுத்திட்டேன்'' என்று அவர் சொல்லி முடியும்போது அவரையறியாமல் கசிந்திருந்தார்.

எப்படியும் தன் பாவக் கணக்கை நடு ரோட்டில் ரத்தம் சிந்தவைத்து யாராவது முடித்து விடுவார்கள் என்கிற தெளிவு அவருக்குக் கூடி வந்துவிட்டது. அதை எதிர்நோக்கிக் காத்துக்கொண்டும் இருக்கிறார். சூசையண்ணன் துறவில் மட்டுமா ஞானம் கிடைக்கும்? அந்த இடத்திலிருந்து அடுத்த இடத்திற்குத் தஞ்சம் புகக் கிளம்பும்போது என்னிடம் ''இப்ப உள்ள பயல்க எங்களை விட ஃபோர்ஸா இருக்காங்க. அவங்களை விட ஃபோர்ஸா இருந்த ஒருத்தன் இப்ப உயிரைக் கையில பிடிச்சு நாய் மாதிரி ஊர் ஊரா சுத்திக்கிட்டு இருக்கேன்னு அவங்க கிட்ட சொல்லுங்க. நெஞ்சுல பாவம் ஏறிடுச்சுன்னா யானைகூட குப்புறக் கவுந்திடும்'' என்றார்.

இந்தச் சாதி, அந்தச் சாதி என்றில்லை. இன்றைய நிலையில் எல்லா சாதிகளிலுமே இப்படி ஆட்கள் கிளம்பி விட்டார்கள். அப்புராணி சாதி என ஒரு காலத்தில் சொல்லப்பட்ட சாதியில்கூட அரிவாளோடு புகைப்படத்திற்கு முகத்தைக் காட்டுகிற இளைஞர்கள் தயாராகி விட்டார்கள். தென் மாவட்டங்கள் என்றில்லை. டெல்டா மாவட்டங்களில் இதைவிட மோசமாக இருக்கிறார்கள். மூளைச் சலவை செய்து இவர்களை இதுமாதிரியான களத்திற்குள் இறக்கு வதை சாதிச் சங்கங்களைச் சேர்ந்தவர்கள் ஒரு வேலைத்

திட்டமாகவே வைத்துச் செயல்பட்டுக் கொண்டிருக்கிறார்கள். உடல் மிதமிதப்பில் இருக்கும் கூட்டம் இதற்கு எளிதாகவே செவி சாய்த்தும் விடுகிறது. ஒருதடவை ஆவணப்படம் ஒன்றிற்காகப் போனபோது ஒரு ஊரில் கபடி சங்கத் தலைவர் ''ரௌடித்தனங்களுக்கு போயிடக் கூடாதுங்கறதுக்காகவே கைக்காச போட்டு கபடி விளையாட சொல்லிக் கொடுத்துக்கிட்டு இருக்கோம்'' என்றார்.

சூசையண்ணனாவது மிச்சமிருக்கிற காலத்தில் போய்த் தங்கி வாழ்க்கையை ஓட்டுவதற்குக் கொஞ்சம் காசு சேர்த்து வைத்திருக்கிறார். எனக்குத் தெரிந்த ஒரு அண்ணன் சென்னையில் கட்டட வேலை பார்த்துக் கஷ்டப்பட்டுக் கொண்டிருக்கிறார். அவருக்கும் தொடர்ச்சியான பதற்றங்கள் மற்றும் அது சார்ந்த குடியின் காரணமாக உடல் தளர்ந்துவிட்டது. அதைவிட முக்கியமானது என்னவெனில் இவர்களுக்கெல்லாம் சீக்கிரமே மனதும் தளர்ந்து விடுகிறது. பாவத் தொழில் பார்க்கிறோம் என்கிற பதற்றம் குடிகொண்டு விட்டால் அது தேராகவே இருந்தாலும் நிலை சாய்ந்துவிடும். கட்டட வேலை பார்த்துக் கொண்டிருந்த அண்ணன் என்னை நோக்கி வந்தபோது, எனக்குள் பழைய அச்சம் எட்டிப் பார்த்தது. சின்ன வயதில் அவர் பற்றிய கதைகளைக் கேட்டிருக்கிறேன். ஊரே பயந்து நடுங்கும். கடையில் போய் வேண்டுகிற பொருளைக் காசு கொடுக்காமல் எடுத்துவிட்டு அப்படியே போய்க்கொண்டே இருப்பார் என்று சொல்வார்கள். யாரும், தட்டிக் கேட்க முடியாது. அப்படிப்பட்ட ஒரு விலங்கு அடிபட்டு நொந்து திரும்பி என்னை நோக்கி நடந்து வந்துகொண்டிருந்தது. ''ஊர்ல போயி யார்ட்டயும் சொல்லிடாதடே'' என்றார் கைகளைப் பிடித்து ஒற்றியபடி.

அப்படியே ஊரில் போய்ச் சொன்னாலும் இப்போதிருப்பவர்கள் கேட்பார்களா என்றும் தெரியவில்லை. விதம் விதமான நிறங்கள் கொண்ட ரிப்பன்களை நெற்றியில் கட்டிக்கொண்டு சாதி சார்ந்த கலவரங்களுக்குத் தயாராகித் திரியும் சண்டிக் காளைகளான அவர்களுடைய காதுகளில் சூசையண்ணனின் குரல் விழுமா? இவர்களை எல்லாம் கறிவேப்பிலை மாதிரி பயன்படுத்திக்கொண்டு தூக்கி எறிந்தவர்கள் யார்? விவரமானவர்கள் நூல் பிடித்து அரசியலில் மேலேறி விட்டார்கள். உடல் மதமதப்பை அடக்கத் தெரியாதவர்கள் அங்குசத்தைத் தவறவிட்ட முதிய யானைகளாக மாறி வாழ்க்கையிடம் கால்மடக்கிக் கையேந்திக் கொண்டிருக் கிறார்கள். இது மாதிரி சில அண்ணன்களைத் தேடிப் போய்ச் சந்தித்திருக்கிறேன். எல்லோருமே விடைபெறும்போது அந்த ஒற்றை வார்த்தையைத்தான் அழுத்திச் சொல்கிறார்கள்.

அடுத்த தலைமுறையும் இதில் சிக்கியிருக்கிறது என்பதுவே அது. ''வேண்டாம்னு விட்டுரச் சொல்லுங்கடே'' என்றார் கடைசியாகப் பார்த்த அண்ணனும். அவர்களை விடச் சொல்வதைவிட அவர்களைப் பயன்படுத்திக் கொள்பவர்களிடம்தான் விடச்சொல்லி மன்றாட வேண்டியிருக்கிறது. அனுபவசாலிகளின் வார்த்தைகள் எப்போதும் பொய்க்காது. அதுவும் எதிர்மறை வாழ்வில் இருந்து மீண்டெழுந்தவர்களின் அனுபவங்களுக்கு எதனைக் காட்டிலும் சக்தி அதிகம். இடையில் சூசையண்ணன் பழைய வழக்கொன்றிற்காக உள்ளே போன சிறையில் இருந்து எனக்கு தொலைபேசி செய்தார். சிறைகளில் சகலமும் கிடைக்கும்போது செல்ஃபோன் கிடைக்காதா என்ன? தவிர அங்கிருப்பதுதான் அவருக்குப் பாதுகாப்பு எனவும் எனக்கு உடனடியாகத் தோன்றியது. அதைவிடக் கொடுமை ஒன்றிருக்கிறது தெரியுமா? பாளையங்கோட்டை சிறையிலேயே ஒவ்வொரு சாதிக்கென்று தனித் தனி ப்ளாக்குகள் இருக்கின்றன. அந்தத் தொலைபேசி உரையாடலைத் துவக்கும்போதே, குரலில் பதற்றத்தோடு, ''எனக்கு ஒரு உதவி செய்வீயாடே. நான் உள்ள வர்றதுக்கு முன்னாடி தங்கியிருந்த எடத்தில புறா ஒண்ணு அடிபட்டு குத்துயிரும் கொலையுயிருமா வந்திருந்துச்சு. அது பொழச்சிருச்சான்னு போயி பாத்துட்டு வந்து சொல்ல முடியுமா?'' என்றார். கூண்டுகள் வைத்து புறாக்களை வளர்த்த சின்ன வயது சூசையண்ணன் என் கண்முன்னால் வந்து போனார். என்றாவது ஒருநாள் மனுப் போட்டுப் போய் அண்ணனிடம் புறா பிழைத்து விட்டதென பொய் சொல்ல வேண்டும். வாழ்க்கையைத் தொலைத்த அந்தக் கடலோரத்து சின்னப் புறாவிற்கு ஏதோ நம்மால் முடிந்த ஆசுவாசத்தைக் கொடுத்துவிட வேண்டும்.

2

விதிகளை மீறிய ஆட்டம்!

சென்னையின் மையப் பகுதியில் இருக்கிற எங்களது கடைக்கு முன்னால், ஒரு மதிய நேரத்தில் தயங்கியபடி வந்து நின்றார் நாற்பது வயது மதிக்கத்தக்க அந்தப் பெண்மணி. ஏதோவொரு நிறுவனத்தின் விற்பனை பிரதிநிதி என்பது தெளிவாகத் தெரிந்தது. கறுப்பு நிற லெதர் பையொன்றைத் தோளில் தாங்கியிருந்தார். நிறம் மங்கிய அந்தச் சேலையை நேர்த்தியாக அணிந்திருந்தார். தற்செயலாகக் குனிந்து பார்த்தபோது, அழுக்கடைந்த செருப்புகளில் மட்டுமல்லாமல் கால்களிலும் தூசி ஏறியிருந்தது. மங்கிய நிறத்தில் மெட்டி துருத்திக் கொண்டு தெரிந்தது. அவர் நிச்சயம் அன்றைய நாள் முடிவதற்கு முன்பே பல கிலோமீட்டரை நடந்தே கடந்து வந்திருப்பார் என்பது உறைத்தது.

என்ன வேண்டும் என்று கேட்டபோது, சொல்லத் தயங்கியபடியே நின்றிருந்தார். எங்களது நிறுவனத்தின் பெண் பணியாளர் போய்க் கேட்டபோது கூச்சத்துடன் அந்த உதவியைக் கேட்டார். "ரெண்டு மணி நேரமா சுத்திக்கிட்டு இருக்கேன். ஒன் பாத்ரூம் அவசரமா வருது. எடம் கிடைக்கலை. ஏதாவது ஹோட்டலுக்குப் போயி காபி குடிக்கிற சாக்கில போய்ட்டு வர்றதுக்கும் கையில காசு இல்லை" என்று சொல்லியிருக்கிறார் அவர். திரும்பி அவர் செல்லும்போது ஆண்டாண்டு காலத் துயரத்தை இறக்கி வைத்த நிம்மதி அவரது முகத்தில் தெரிந்தது. யோசித்துப் பார்த்தால் இது மிகப் பெரிய சிக்கலென்று தோன்றுகிறது. கட்டடங்கள் பூத்த நகரங்களில் பெண்கள் ஆத்திர அவசரத்திற்கு ஒதுங்க இடமே இல்லை. பணம் இருப்பவர்கள் ஏதாவதொரு ஹோட்டலுக்குள் நுழைந்து காபி

குடிக்கிற சாக்கில் போய் இயற்கை உபாதையைக் கழித்துவிட்டு வரலாம். பணம் இல்லாத இவர்கள் எங்கே போவார்கள்?

ஒருதடவை தோழியொருத்தி அரசாங்க கழிப்பறைக்குச் சென்று உள்ளே நுழைந்த வேகத்தில் வெளியே ஓடிவந்து விட்டார். அதன் சுகாதாரம் ஒரு காரணமென்றாலும், சுற்றிலும் வெறித்துப் பார்த்த பார்வைகள் இன்னொரு காரணம். பல இடங்களில் அவை மூணு சீட்டு விளையாடும் இடங்களாக இருக்கின்றன. அல்லது குடிமையங் களாக மாறி குத்த வைத்து ஆண்கள் பீடி குடிக்கும் இடங்களாக இருக்கின்றன. இன்னொரு தோழி கடையொன்றை நடத்துகிறார். சதுர வடிவிலான அந்தக் கடைக்குள் எந்தவிதப் புதிய கட்டுமானங் களையும் கட்டக்கூடாதென அதன் உரிமையாளர் ஒப்பந்தமே போட்டிருக்கிறார். அந்தக் கடையில் கழிவறை இல்லை. பக்கத்துக் கடைக்குப் போய்தான் இயற்கை உபாதையைக் கழிக்க வேண்டிய நிர்பந்தம் தோழிக்கு. உதவி கேட்டு அடிக்கடி போவதற்கு சங்கடப் பட்டுக்கொண்டு சிறுநீர் போவதை அடக்கிக் கொண்டிருந்ததில் அவருக்கு நோய்த் தொற்று ஏற்பட்டுவிட்டது. நீண்ட நேரமாகத் தண்ணீரே அருந்தாமல் இருந்ததால் வேறு சில உடல் உபாதைகளும் ஏற்பட்டுவிட்டன. பளபளக்கும் நகரத்தில் இப்படியொரு பிரச்சினை இருப்பது அரசுக்கும் கட்டட உரிமையாளர்களுக்கும் தெரியுமா? தெரிந்துகொள்ள விரும்புவார்களா என்றும் தெரியவில்லை. அவரவர்களுக்கு அவரவர் கவலை. இந்தயிடத்தில் நான் வேறொரு விஷயத்திற்குத் தாவ விரும்புகிறேன்.

இதைப் பற்றி தம்பி ஒருத்தருடன் பேசிக் கொண்டிருந்தபோது, அவன் தயங்காமல் ஒரு வணிகத் திட்டத்தை மேற்கொள்ள இருப்பதாகச் சொன்னான். அடுத்த தலைமுறை எல்லாவிதமான தயக்கங்களையும் உடைக்கத் தயாராகிவிட்டது. அதிலும் குறிப்பாய் வணிகத்தில். நகரில் பெயருக்குத் தகுந்தமாதிரி அசலான நவீன கழிப்பறைகள் கட்டி, குறைந்த கட்டணத்தை வசூலிக்கும் தொழிலாக அதை மாற்றலாம் என்றான். நெடுஞ்சாலைகளிலும் இப்படியான கழிவறைகளைக் கொண்டு வருவதுதான் அவனுடைய திட்டம். இது ஒன்றும் புதிய வியாபாரயோசனையெல்லாம் இல்லை. பழனி பாதயாத்திரை போகிறவர்கள் குளித்துவிட்டு தங்களைச் சுத்தம் பண்ணிக்கொண்டு போவதற்கென்றே நெடுஞ்சாலைகளில் இப்படியான மையங்கள் இருக்கத்தான் செய்கின்றன. அதுவல்ல இதில் உள்ள விஷயம். உயர் படிப்புகளைப் படித்து முடித்த இளைஞர்கள் இப்படி சம்பந்தமேயில்லாத வியாபாரத்தில் சங்கடமேயில்லாமல் இறங்கும் மனநிலையைப் பற்றியது இது.

நாங்கள் மீன் கடை ஆரம்பித்தபோது எங்களுடைய சொந்தங்கள் எல்லோருமே ஏளனமாகப் பேசினார்கள். ஒரு கட்டத்தில் ‘இவனுக்கு கிறுக்கு பிடிச்சிருச்சா?’ என்று கேட்டவர்களும் ஏராளம். கால் காசானாலும் கவர்மெண்ட் காசு என்கிற சொலவடை தனியார்மயமான பின்னரும் இருக்கத்தான் செய்கிறது. ஏதோ ஒரு வேலையில் போய் ஒட்டிக்கொண்டால் தேவலை என்கிற மனநிலை தான் பொதுவாகவே இருக்கிறது. தொழில்முனைவு என்று யோசிக்கும்போதே முகத்தில் அறைகிறவர்களுக்கு மத்தியில் அதுவும் இது மாதிரியான தொழில்கள் என்றால் என்ன சொல்வார்கள்? ஒருகாலத்தில் லாண்டரி தொழில் நடத்துவது கேவலமாகப் பார்க்கப் பட்டது. ஆனால் சென்னையில் லாண்டரி தொழில் இப்போது கொடிகட்டிப் பறக்கிறது. துணியை எடை போட்டு எடுத்துக் கொண்டு போய் துவைத்துத் தருகிறார்கள். அதை படித்த இளைஞர்கள்தான் நடத்துகிறார்கள்.

இதற்கு முந்தைய தலைமுறையில் ஒரு மனநிலை இருந்தது. என் நண்பனொருவன் வளசரவாக்கத்தில் சிறிய அளவிலான சிற்றுண்டிக் கடை போட்டிருந்தான். நாளொன்றிற்கு மூவாயிரம் ரூபாய் வருமானம் வந்துகொண்டிருந்தது. இன்னும் நன்றாகச் செய்திருந்தால் அது ஐயாயிரம் ரூபாய் வருமானமாகக்கூட உயர்ந்திருக்கலாம். நண்பர்களின் இரவுக் கூடுகைகளில் தான் அப்படியான கடை நடத்துகிறேன் என்று சொல்ல வெட்கப்பட்டுக்கொண்டு, அதை விற்றுவிட்டு நவநாகரிக ஹோட்டல் ஒன்றை விலைக்கு வாங்கி நடத்தினான்.

நஷ்டத்தில் அந்தக் கடையை ஒரு வருடத்தில் இழுத்து மூடினான். சுற்றிலும் கடன் தொல்லை நெறிக்க தலைமறைவாகத் திரிய வேண்டிய கட்டாயமும் வந்துவிட்டது. பளபளக்கிற ஹோட்டல் களில் வராத காசும் உண்டு. ரோட்டோர கையேந்தி பவன்களில் குவிகிற காசும் உண்டு. மீன் விற்ற காசு நாறவே நாறாது. ஏனெனில் நிறையத் தடவை நான் அந்தப் பணத்தை எடுத்து நுகர்ந்து பார்த்திருக் கிறேன். ஆனால் இந்தத் தலைமுறை இத்தகைய மனநிலையில் இருந்து சுதந்திரமாக விடுபட்டு விட்டது என்றே தோன்றுகிறது.

ஒருகாலத்தில் வணிகச் சமூகங்கள் என்று சில சமூகங்களை மட்டுமே சுட்டிக் காட்ட முடியும். அவற்றைத் தவிர்த்து பிற சமூகங்கள் தொழில் முனைவு என்பதற்கு இரண்டாம் பட்சமான இடத்தையே தந்து கொண்டிருந்தன. நண்பர் ஒருத்தர் இந்தக் கதையைச் சொன்னார். அது உண்மையா என்று எனக்குத் தெரியவில்லை. விருப்ப ஓய்வுத் திட்டம் இந்தியாவில் அறிமுகமானபோது, குஜராத்தில் உள்ள சிற்றூரில் உள்ள பொதுத் துறை வங்கியில்

பணியாற்றுகிற அனைவருமே விருப்ப ஓய்வு கேட்டு வந்து நின்றிருக்கின்றனர். அனைவருமே வருகிற பணத்தை வைத்துத் தொழில் துவங்கப் போகிறோம் என்று சொல்லியிருக்கிறார்கள். தமிழ்ச் சமூகத்திலும் இதுமாதிரியான வெறிபிடித்த தொழில் முனைவு மனநிலை மெல்ல எட்டிப் பார்க்கத் துடிப்பதை இப்போதெல்லாம் வழியெங்கும் பார்க்க முடிகிறது. பின் தங்கிய சமூகங்களைச் சேர்ந்தவர்களும் இதற்குள் குதிக்க நிறையவே பிரியப்படுகிறார்கள். பிரயத்தனமும் படுகிறார்கள். அவர்களை எப்படி கட்டை தட்டிப் போன சமூகம் எதிர்கொள்கிறது என்பதில்தான் சிக்கல்கள் முளைக்கின்றன. ஒட்டுமொத்தமாகவே தொழில் முனைவிற்கு எதிரான மனநிலை அடியாழத்தில் இங்கே உறைந்து கிடக்கிறதோ என்கிற சந்தேகமும் எழுகிறது.

நகரம் கிராமம் என்று பிரித்துப் பார்க்க முடியாமல், பழைய தடைகளைத் தகர்த்துக்கொண்டு இந்த மனநிலை முளைத்து மேலேறி வருகிறது. திண்டுக்கல் பக்கத்தில் உள்ள சிறுகிராமமொன்றில் வெள்ளைச் சாமி என்கிற இளைஞரைச் சந்தித்தேன். தங்களது துயர் தீர வேண்டுமென வீட்டில் கஷ்டப்பட்டு படிக்க வைத்திருக் கிறார்கள். சென்னையில் ஏதாவதொரு வேலையில் சேர்க்கவே அத்தனை பேரும் விரும்பியிருக்கிறார்கள். ஆனால் வெள்ளைச்சாமி வேறு ஒரு வழியைப் பிடித்தபோது, எல்லோரும் சேர்ந்து மூர்க்கமாக மறுத்திருக்கிறார்கள். ஆனால் ஜெயித்துக் காட்டிய பிறகு இப்போது அவர் சொற்களுக்கு மதிப்பு கூடிவிட்டது. ஜெயித்தவனின் சொற்களுக்கு இயல்பாகவே கூடுதல் கனம் வந்துவிடும் என்பதுதானே வரலாறு...

வெள்ளைச்சாமி ஒரு பழைய குட்டியானை வண்டியொன்றை குறைந்த விலைக்கு வாங்கியிருக்கிறார். இங்கு சிதறல் சிதறலாக இருக்கும் பழ வியாபாரிகளை ஒன்றிணைத்து பழப் பெட்டிகளை எடுத்துக்கொண்டு போய் கேரளாவில் சாலையோர வியாபாரம் செய்கிறார். ஐந்து கிலோமீட்டருக்கு ஒரு ஆள் என அதிகாலையில் இறக்கி விட்டுவிட்டு, விற்று முடிந்ததும் திரும்பவும் அழைத்துக் கொண்டு வருகிறார். பழங்கள் தங்கிப் போய்விட்டால் நூறு ரூபாய் கொடுத்து தங்கிக் கொள்கிற மாதிரி சின்னச் சின்ன தங்குமிடங்கள் அங்கிருக்கின்றன. ஒரு பெட்டிக்கு இவ்வளவு கமிஷன் என்று அந்த சிறு வியாபாரிகளிடம் வாங்கிக் கொள்கிறார். தினமும் வியாபாரம் நடக்கிறது. தமிழகம், ஆந்திரா, கர்நாடகா ஆகிய மாநிலங்களில் விளையும் பழங்களை கேரளா தின்றே தீர்ப்பதையும் இந்தயிடத்தில் சொல்ல வேண்டும். நல்ல அர்த்தத்தில் இதைச் சொல்கிறேன். நான்கைந்து பேரோடு துவங்கிய இந்தப் பயணம் இப்போது நாற்பது

பேர் என வளர்ந்து நிற்கிறது. ஒரு வண்டியில் துவங்கிய ஓட்டம் இப்போது நான்கு வண்டிகள் என வந்து நிற்கிறது. மூச்சு விட நேரமில்லாமல் ஓடிக் கொண்டிருக்கிறார் வெள்ளைச் சாமி. தனியாக பழக் காடுகளைக் குத்தகைக்கு எடுக்கும் அளவிற்கு உயர்ந்துவிட்டார் அவர்.

அவருடைய வண்டிகளை மறித்து வைத்து காசு கேட்கும் அதிகார வட்டத்தை மட்டுமே இப்போதும் அச்சத்துடன் பார்க்கிறார். ''கேரளாவில ஒரு இடத்திலகூட இப்படி கையேந்த மாட்டாங்க. ஆனா தமிழ்நாட்டுக்குள்ள பொள்ளாச்சி பார்டர் தாண்டுற வரைக்கும் நிப்பாட்டி அம்பது நூறுன்னு பிடுங்காம விட மாட்டாங்க. கேவலமா பத்து ரூபாய்லாம் கேட்பாங்க. பணம் ஒரு பிரச்சினையில்லைங்க. தொழில் தொடங்கி நடத்துறவனுக்கு எப்படியெல்லாம் சிக்கல் கொடுக்கறாங்க பாருங்க. ஆரம்பத்தில ஆயிரம் ரூபாய்தான் தின வருமானம் வரும். அப்ப அதிலயும் முன்னூறு நானூற பிடுங்கும் போது அடிவயிறெல்லாம் வலிக்கும். அத விட ஒரு அரசாங்கம் இப்படி அடிச்சி பிடுங்கறது அசிங்கமா இருக்குங்க'' என சங்கடத் தோடு சொன்னார்.

குற்றாலத்தில் ஒருமுறை இப்படிப் பார்த்திருக்கிறேன். சபரிமலை சீசன் சமயங்களில், வருகிற சாமிகளுக்கு சந்தனம், விபூதி பூசிக்கொள்ள வழி ஏற்படுத்தித் தருகிற மாதிரி கண்ணாடியெல்லாம் வைத்து ஒரு தொழில் நடக்கிறது. இரண்டு ரூபாய் கொடுத்துவிட்டு குளிரக் குளிர பொட்டும் பட்டையும் அடித்துக்கொண்டு திரும்பலாம். யாருக்கும் தொந்தரவில்லாமல் ஒரு ஓரத்தில் நடக்கும் சிறு வியாபாரம் அது. ஆனால் ஆக்கிரமிப்பு என்று சொல்லி அந்தக் கடைகளை அடித்து நொறுக்கியதை ஒருதடவை பார்த்தேன். கடை போட்டு கல்லாவில் அமர முடியாதவர்கள் என்ன செய்வார்கள்? தெருவோரத்தில் இருந்துதானே பல சாம்ராஜ்ஜியங்கள் விரிந்திருக் கின்றன. அமெரிக்கத் தூதரக வாசலில் இரவு துண்டு போட்டு வரிசையில் படுத்துக் கிடந்து சொற்பப் பணத்தைப் பெற்ற ஒருத்தர்தானே இப்போது மதுரா டிராவல்ஸ் என கிளை பரப்பி உயர்ந்திருக்கிறார்...

பெரிய பெரிய ஆக்கிரமிப்புகளையெல்லாம் விட்டுவிட்டு, சாலை யோரத்தில் கடை போடுகிறவர்களை ஆக்கிரமிப்பாளர்களாகச் சித்தரிக்கும் மனநிலையை என்னவென்று சொல்வது? அதிலும் தமிழகத்தில் உள்ள முன்னணிப் பத்திரிகையொன்று அப்படிச் சித்தரிப்பதை முழுநேரச் சோலியாகவே வைத்திருக்கிறது. உண்மையில் ஒரு அரசு இது போன்றவர்களை ஊக்குவிக்க வேண்டும். நான் சில நாடுகளில் உள்ள தெருவோர வியாபாரங்களைக்

கவனித்திருக்கிறேன். அங்கிருக்கிற அரசு இரவு முழுவதும் அவர்களுக்குப் பாதுகாப்பு தருகிறது. ஒட்டுமொத்த சமூகமும் எந்தத் தொழிலையும் அங்கே மரியாதையுடன் அணுகுகிறது. இந்தோனேசியாவிலும் தாய்லாந்திலும் பாலியல் தொழிலைக்கூட மரியாதையாக நடத்துகிறார்கள். இங்கு பாசி மணிகள் விற்பவரைக் கூட ஏளனமாக நடத்துகிறார்கள்.

இது மாதிரியான இடர்ப்பாடுகள் இருந்தாலும், தொழில் பார்க்கிற மனநிலையில் கேவலமானது இது என்கிற மனநிலையை இப்போதிருக்கிற தலைமுறை வேகமாகத் தாண்டிக் கடந்திருக்கிறது. இரண்டு ரூபாய் கழிப்பறை கட்டவும் அது தயங்கவில்லை. அதை விட முக்கியமானது என்னவெனில் தொழில் என்பதோடு சேர்த்து இவர்கள் மாதிரியானவர்களுக்கு உதவ வேண்டும் என்கிற கரிசனமும் கூடவே வளர்ந்திருக்கிறது. தொழில் பார்க்கிற சிறு வியாபாரிகள் வெள்ளைச் சாமியை கடவுளுக்கு நிகராக மதிக்கிறார்கள். கழிவறையைத் தேடி அலைந்த அந்தப் பெண்மணி கூட, அப்படி ஒரு தொழிலை யாராவது ஆரம்பித்திருந்தால் வெளியே வந்த வேகத்தில் ஒரு புன்னகையைப் பரிசாகத் தந்துவிட்டே நகர்ந்திருப்பார். ஏனெனில் அந்தப் புன்னகையை அன்றைய நாள் நான் நெருக்கத்தில் பார்த்தேன்.

3

போதிமரத்து மந்திரம்!

எல்லைகள் கடந்து இன்னொரு மூலையில் இருந்துகொண்டு பாடம் கற்றுத் தருகிற மனிதர்கள் உலகெங்கும் இருக்கிறார்கள். அப்படி ரமலோவ் என்கிற மனிதர் எனக்குச் சொல்லித் தந்த மந்திரமொன்று எல்லோருக்கும் எல்லா விஷயங்களிலும் பொருந்திப் போகும். ரமலோவ் என்றால் உள்ளூர் மொழியில் உயர்ந்த சிகரம் என்று பொருள். அவர் சொன்னது என்ன என்பது குறித்து கடைசியில் சொல்கிறேன். எப்போதுமே முத்தாய்ப்பாக இருப்பவைகளே முத்தாய் நெஞ்சில் பதியும் என்பது விதி. கிழக்குத் தைமூர் என்கிற குட்டியூண்டு நாட்டில் வியாபாரம் செய்யப் போயிருந்தோம். நாங்கள் தங்கியிருந்த ஹோட்டல் உரிமையாளர் தைவான்க்காரர். மங்கோலிய வட்ட முகத்தில் என்ன நினைக்கிறார் என்பதைக் கண்டே பிடிக்க முடியாது. ஏதாவது வியாபாரம் பேசப் போனால், இடுங்கிய கண்களை மேலும் சுருக்கிக்கொண்டு உற்றுப் பார்ப்பார். பேசத் துவங்குவதற்கு முன்பே தன்னுடைய லேண்ட்லைனைக்கூட எடுத்துக் கீழே வைத்து விடுவார். தேவைக்கு அதிகமாக ஒரு வார்த்தைகூட வியாபாரத்தைத் தாண்டிப் பேச மாட்டார்.

சிலநேரங்களில் இரவு விருந்திற்கு அவரை அழைக்கும்போது மதுவருந்திய சமயங்களில்கூட நிலை தவறி அவர் நடந்து கொண்டதைப் பார்த்ததில்லை. சாப்பிட்டு முடிந்ததுமே 'என் பங்கு எவ்வளவு?' என பாக்கெட்டில் கையை நுழைப்பார். வேண்டாம்

என்று மறுத்தால், 'அடுத்த தடவை என்னைத் தரவிட்டால்தான் விருந்திற்கே வருவேன்' என்பார். 'எல்லோருமே உணவு மேஜையில் பணத்தைப் பகிர்ந்து கொள்ளும் நடைமுறை உலகெங்கும் இருக்கிறது. இந்தியர்கள் மட்டும் ஏன் இப்படிப் பதறுகிறீர்கள்?' என்பார்.

ஒருமுறை அவர் உற்சாகமாகப் பேசிக் கொண்டிருக்கையில் ஒரு விஷயத்தை அழுத்தமாகக் குறிப்பிட்டார். ''எல்லோரையும் சொல்ல வில்லை. அப்படிச் சொல்வது தவறு என்பது எனக்கு தெரியும். இருந்தாலும் நான் பார்த்த வரையில் சொல்கிறேன். இந்தியர்கள் நீங்கள் வியாபாரத்தில் நெளிவு சுழிவுகள் இல்லாதவர்களாக இருக்கிறீர்கள். ஊதாரிகளாக பெரும்பாலும் இருக்கிறீர்கள். வியாபாரத்தில் அளவுக்கு அதிகமாக தேவையில்லாமல் ஊதாரிகளாக வார்த்தைகளை விசிறியடிக்கிறீர்கள். இன்னமும் வியாபாரப் பொது மொழியைப் பழகவில்லை. எடுத்த எடுப்பிலேயே எல்லோருடனும் உறவினர்களாக ஆவதற்கு முயற்சி செய்கிறீர்கள். நீங்கள் எப்படி என் உறவினர்களாக ஆக முடியும்? பேச வந்ததை விட்டு விட்டு வேறு எதையெதையோ எல்லாம் சுற்றி வளைத்துப் பேசிக் கொண்டிருக் கிறீர்கள்'' என்றார். அவர் அதைச் சொன்னபோது என் இயல்பை மீறி கோபம் எனக்கு விடைத்துக்கொண்டு வந்தது. முகத்திற்கு நேரே ஒருத்தன் நாகரிகமாகத் துப்பும்போது வராமல் என்ன செய்யும்?

ஆனால் ஆற அமர யோசித்துப் பார்த்தால் அவர் சொன்னது உண்மையென்று சில சந்தர்ப்பங்களில் தெரிகிறது. இந்தியர்கள் அப்படித்தான் இருக்கிறார்கள். வியாபாரம் செய்யப் போன இடத்தில் நிலைகொள்ள முடியாமல் குடிக்கிறார்கள். குடித்துவிட்டு, 'எங்கூர்ல நாங்கள்ளாம் யார் தெரியுமா?' என சம்பந்தமேயில்லாத ஊர்க்கதை, உலகக் கதைகளைச் சுற்றி வளைத்துப் பேசுகிறார்கள் என்பதை என் சொந்த அனுபவத்திலேயே நிறையப் பார்த்திருக்கிறேன். எந்த இடத்தில் எப்படி நடந்துகொள்ள வேண்டும் என்கிற நாசூக்கைத் தொலைத்தவர்களை நிறையப் பார்த்திருக்கிறேன். சில ஆண்டுகளுக்கு முன்பு வெற்றி பெற்ற சினிமா இயக்குநர் ஒருவர் தான் குடிப்பதை விட்டதற்குக் காரணமான சம்பவமொன்றைப் பற்றிச் சொன்னார்.

அவருடைய முதல் படத்தைத் தயாரிக்கவிருந்த தயாரிப்பாளர் நட்சத்திர விடுதியொன்றில் நடந்த பார்ட்டிக்கு இவரையும் அழைத்துப் போயிருக்கிறார். போன இடத்தில் இயக்குநர் மூச்சு முட்டக் குடித்துவிட்டு அங்கிருந்தவர்களிடம் தேவையில்லாமல் பேச்சு வளர்த்திருக்கிறார். ஒரு கட்டத்தில் எல்லோரும் முகம் சுளிக்கிற அளவிற்கு அவருடைய செய்கைகள் அத்துமீறி விட்டன.

மறுநாள் அந்த இயக்குநரை அழைத்த தயாரிப்பாளர், 'பொது இடத்தில் எப்படி நடந்துகொள்ள வேண்டுமென்கிற இங்கிதமே தெரியாத உன்னிடம் பணத்தைக் கொடுத்து படத்தை எடுக்கச் சொன்னால், இப்படித்தான் செய்வாய். கோடிக்கணக்கான பணத்தை ஒருத்தனை நம்பி முதலீடு செய்யும்போது, அந்த ஒருவன் சரியானவனா என்பதை அவனுடைய செய்கைகள்தான் உணர்த்து கின்றன' என்று சொல்லி வாய்ப்பை மறுத்துத் திருப்பி அனுப்பி விட்டாராம். ''அன்றிலிருந்து நான் குடிப்பதை நிறுத்திவிட்டேன்'' என்றார் அந்த இயக்குநர் என்னிடம். வியாபார மேடை குடி மேடையில்லை என்பதை அவர் உணர்ந்து கொண்டதையும் சொன்னார்.

எனக்குத் தெரிந்த நண்பன் ஒருத்தனுக்கும் இதே மாதிரி ஒரு அனுபவம் வாய்த்திருக்கிறது. சென்னையில் உள்ள மிகப் பெரிய கிளப் அது. உள்ளூரில் உள்ள அத்தனை முக்கிய வியாபாரத் தலைகளும் வந்து போகும் இடம். தினமும் போய் வரும் வகையில், அங்கு நகரின் முக்கிய வியாபார கேந்திரம் ஒன்றின் உரிமையாளர் அவனுக்குப் பழக்கமாகி விட்டார். ஒருகட்டத்தில் அவனைத் தன்னுடைய தம்பி மாதிரி என்று எல்லோரிடமும் அறிமுகப்படுத்தும் அளவிற்கு நெருக்கமாகி விட்டான். அவன் தோள்மீது கைபோட்டபடி எல்லோரிடமும் அழைத்துச் சென்று அறிமுகப்படுத்துவாராம். அவன் ஆரம்பிக்கப் போகும் தொழில் ஒன்றிற்கு ஒரு கோடி ரூபாய் முதலீடு போடுவதற்கும் உத்தரவாதம் அளித்திருக்கிறார். ஒருநாள் மிதமான குடிபோதையில் நண்பன் இருந்தபோது, அவனுக்கு வாக்குத் தந்த முதலீட்டாளர் உட்கார்ந்திருந்த நாற்காலிக்குப் பின்புறமாகப் போய் நின்று, தோளில் கைபோடும் தோரணையில் நாற்காலியைச் சுற்றிக் கைகளைப் போட்டுக்கொண்டு நக்கல் கொஞ்சம் தொனிக்கிற குரலில், 'என்னண்ணே இன்னைக்கு சீக்கிரமே மூணாவது ரவுண்டிற்கு போய்ட்டீங்கபோல' என்று சொல்லியிருக்கிறான்.

'கைய எடுங்க தம்பி. நான் உங்க பார்ட்னர் கிடையாது. முதலீட்டாளன். முதல்ல முதலீட்டாளரிடம் எப்படி பேசுவது, நடந்து கொள்வது என்பதைக் கற்றுக்கொண்டு வியாபாரம் பண்ண வாங்க' என நாகரிகமாகச் சொல்லிவிட்டு, அதற்கடுத்து அவன் முகத்திலேயே விழிக்கவில்லை. அவர் அவனுக்குக் கொடுத்த சலுகைகளை இவன் அவருக்குத் திரும்பக் கொடுக்க நினைத்த தவறைச் செய்துவிட்டான். வியாபாரத்தில் எதைக் காட்டிலும் முக்கியமானது என்னவென்றால், ஒவ்வொருத்தருடைய எல்லைகளைப் புரிந்துகொள்வது.

வியாபாரத்தையே பாடமாக எடுத்துப் படிப்பவர்களுக்கு இதை யெல்லாம் நன்றாகவே சொல்லித் தருகிறார்கள் என்பதால், அவர்களைப் பற்றி இந்தயிடத்தில் சொல்லவில்லை. முதல் தலைமுறையாக வியாபாரத்தில் காலூன்றி வெற்றி பெற விழைபவர் களை நோக்கியே இவற்றை முன்வைக்கிறேன்.

வீட்டில் இருக்கிற மாதிரியே ஒரு வியாபார கேந்திரத்தில் இருக்க முடியாது இல்லையா? வீட்டில் கைலி கட்டிக் கொண்டிருக்கிறோம் என்பதற்காக அலுவலக சந்திப்பிற்கும் அப்படிப் போய்விட முடியுமா? பொது இடங்களில் புழங்குவதற்கான பொது மொழி என்ற ஒன்று இருக்கிறது. ஆங்கிலத்தை எளிதாகக் கற்றுக் கொள்ளலாம். ரமலோவுடன் பேசுவதற்கு சீன மொழியைக்கூட கற்றுக்கொள்ளலாம். இப்போதெல்லாம் மூன்றாவது மொழி கற்று முன்னேறுகிற வித்தைகளை எல்லா இடங்களிலும் சொல்லித் தருகிறார்கள். ஆனால் இந்தப் பொதுமொழி என்பது அனுபவங்களில் இருந்து முகிழ்த்து எழுந்து வருவது. எதை எங்கே எப்படிப் பேச வேண்டும் என்கிற சூத்திரத்தையும் உள்ளடக்கியது அந்தப் பொது மொழி. அருமையான வியாபாரத் திட்டமொன்றை மறுத்துத் திருப்பி அனுப்பினார் நண்பர் ஒருவர். ''ஏன் நல்ல திட்டம்தானே அது? அதில் உங்களுக்கு நல்ல வருமானம்கூட வரலாமே'' என்று கேட்டபோது அவர், ''நல்ல திட்டம்தான். அதில் முதலீடும் செய்யலாம். ஆனால் அதைச் செய்கிறவனிடம் ஒழுங்கு இல்லை. இப்படித்தான் அவன் உலக வியாபாரத்திலும் பேசுவான். அங்கே இந்தப் போக்கை ஒத்துக் கொள்ள மாட்டார்கள்'' என்றார். அப்படி என்ன சொல்லிவிட்டார் அந்த இளைஞர்? தனக்கு வாய்ப்புத் தர காத்திருக்கும் அந்த மனிதரிடம், 'என்ன தலைவா... எப்படியிருக்கு நம்ம பிராஜெக்ட்? பணத்தை அள்ளிக் கெளிச்சிடலாம்' என இதே மொழியில் பேசியிருக்கிறார்.

இவர்களிடம் திட்டங்கள் இருக்கின்றன. நோக்கம்கூட மிகச் சரியாக இருக்கிறது. ஆனால் அதை வெளிப்படுத்தும் இடங்களில் இது மாதிரித் தோற்றுப் போகிறார்கள். முளை விடுவதற்கு முன்பே இதன் காரணமாகவே பயிர்கள் பல கருகிப் போய்விடுகின்றன. இதையெல்லாம் நகரங்களில் சொல்லித் தருவதற்குப் பள்ளிகள் பல இருக்கின்றன. ஆனால் கரணம் போட்டு மேலேறுகிறவர்களுக்கு இதையெல்லாம் கற்றுத் தர யார் இருக்கிறார்கள்?

தம்பியொருத்தனும் இன்னொரு தம்பியொருத்தனும் இணைந்து தொழில் ஒன்றைத் தொடங்குவதற்குத் திட்டமிட்டுக் கொண்டிருந்தார் கள். ஒருத்தரிடம் யோசனை இருந்தது. இன்னொருத்தரிடம் அதைச்

செயல்படுத்துவதற்கான பணம் இருந்தது. இத்தனைக்கும் அவர்கள் பழக ஆரம்பித்து ஒரு பத்து நாட்கள்தான் ஆகியிருக்கும். இந்தத் தொழிலைத் தொடங்குவதன் காரணமாகத்தான் அவர்களிருவரது சந்திப்பே நடந்திருக்கிறது. அந்தத் தொழிலுக்கு சர்வதேச அளவில் மிகப் பெரிய சந்தை இருக்கிறது. ஒழுங்காக இணைந்து செயல் பட்டால், அடுத்த ஐந்தாண்டுகளில் இருவரும் மிகப் பெரிய இடத்தை அடைந்து விடுவார்கள் என்பதை அவர்களிடம் எல்லோரும் சொல்லவும் செய்தார்கள். ஒருநாள் தொலைபேசியில் பேசும்போது கவனித்திருக்கிறார் நண்பர் ஒருத்தர். ‘என்ன மச்சான் என்ன பண்ணிக்கிட்டு இருக்க?’ என பத்து நாள் பழக்கத்திலேயே ஒருமைக்கு மாறியிருந்தார்கள். அது துருத்தலாக இருக்கவே, ‘இருவரும் நண்பர்கள் இல்லை. தொழிலில் நண்பர்களாக இருக்க முடியாது. உன்னுடைய தொழில் கூட்டாளியிடம் இப்படி ஒருமையில் பேசுவது சரியில்லை. இப்படிப் போனால் ஒருநாள் அடித்துக் கொள்வீர்கள்’ என விவரமான அந்த நண்பர் அறிவுரை சொன்னார். அவர் சொன்ன மாதிரிதான் நடந்தது. ஒருநாள் அவசர தொலைபேசி அழைப்பை ஒருத்தர் மேற்கொண்டபோது, இன்னொருத்தர் எடுத்த எடுப்பிலேயே அசிங்கமான வார்த்தை ஒன்றைச் சொல்லிவிட்டு, ‘என்ன ...க்கு தொணத் தொணன்னு கூப்ட்டுக்கிட்டே இருக்க’ என்று சொல்லிவிட்டார். எழுந்து கிளை பரப்பாமலேயே அந்தத் தொழில் முறிந்து போனது. வார்த்தைகளைப் பொறுப்பில்லாமல் வியாபாரத்தில் விசிறியடித்து விட்டார்கள்.

இங்கேதான் இந்த விஷயத்தை அழுத்திச் சொல்ல வேண்டி யிருக்கிறது. முக்கியமான வியாபாரச் சந்திப்பு ஒன்றில் ஒரு இளைஞர் தன்னுடைய மொபைல் ஃபோனை எடுத்து நோண்டிக்கொண்டு இருந்திருக்கிறார். எழுந்து வெளியே போகச் சொல்லி விட்டார்கள். தங்களிடம் இருக்கும் திறமையும் திட்டங்களும் கரை சேர்ந்துவிடும் என்கிற அவர்களுடைய நம்பிக்கைகளை எல்லோரும் மெச்சு கிறார்கள். ஆனால் பொதுவெளியில் தங்களை வெளிக்காட்டும் விஷயங்களில் இன்னமும் பல படிகள் மெல்ல மேலேறி அவர்கள் வரவேண்டியிருக்கிறது என்பதைத் தயக்கத்துடன் பதிவு செய்கிறேன்.

தனக்குத் தெரிந்ததையெல்லாம் கொட்டுவதற்கு எதிரே இருப்பவர்கள் ஒன்றும் குப்பைத்தொட்டியைக் கையில் ஏந்தி அமர்ந்திருக்கவில்லை என்பதை அவர்கள் முளைக்கும் போதிலிருந்தே சொல்லித் தரவேண்டும். அதைவிட முக்கியம் அவர்களோடு இருப்பவர்கள்

அப்படி நடந்து கொள்வதன் வழியாகவும் இந்த அதிமுக்கியமான ஞானத்தை அவர்களிடம் கடத்தவும் வேண்டியிருக்கிறது.

ஒருகாலத்தில் தமிழ்ச் சமூகத்தில் மிகச் சில குழுக்கள் மட்டுமே வியாபார முனைவோர்களாக இருந்தார்கள். அவர்கள் வழிவழியாக தங்களது ஞானத்தை அடுத்த தலைமுறைக்குக் கடத்திக் கொண்டிருந்தார்கள். இரண்டாம் தட்டு நகரமொன்றில் நூறாண்டு பழமையான அந்த ஹோட்டலில், மதிய உணவு நேரத்தின்போது அதன் உரிமையாளர் தினமும் வந்து நின்றுகொள்வார். அவர்தான் உரிமையாளர் என்பது யாருக்கும் தெரியாது. தள்ளி நின்று யாருக்கும் தெரியாமல் சாப்பிடுபவர்களின் முகங்களைப் பார்த்துக்கொண்டே இருப்பார். அவர் வெளியூருக்குச் செல்லும் சமயங்களைத் தவிர மற்ற நாட்களில் இந்த தருணத்தைத் தவறவிடவே மாட்டார்.

முகக் குறிகளில் இருந்து பாடம் படித்துக் கொண்டிருப்பார். இது ஒரு உதாரணம்தான். இதுபோல் வெற்றியடைந்த தொழில் முனைவோர்கள் பலரிடம் இதுபோல் நிறையக் கதைகள் இருக்கின்றன. அதையெல்லாம் அவர்கள் அடுத்த தலைமுறைக்கு வேள்விபோல கடத்த வேண்டும். ஏனெனில் தமிழ்ச் சமூகத்தில் உள்ள எல்லாக் குழுக்களிடமும் இப்போது தொழில் முனைவு என்கிற மனநிலை மெல்ல பரவ ஆரம்பித்து விட்டது. எல்லோருமே முட்டி மோதி பொருளாதாரத்தில் மேல் எழுந்து வருகிற பிரயத்தனத்தில் இருக்கிறார்கள். அவர்களுக்குத் தேவை ஞானம். அதை அருளுகிற இடத்திற்கு ஏற்கெனவே வெற்றி பெற்றவர்கள் நகர வேண்டும். ஒரு குறிப்பிட்ட பிரிவினர்களுக்கு மட்டுமல்லாமல் களத்தில் குதித்திருக்கிற எல்லாப் பிள்ளைகளுக்கும் வஞ்சகமில்லாமல், ஞானத்தைக் கடத்துகிற கடமை அவர்களுக்கு இருக்கிறது. சீனாவில் முதியவர்களை நூலகங்கள் என்று சொல்வார்கள். அப்படியான பெரும் நூலகங்கள் இங்கும் இருக்கின்றன. அங்கு போய் பாடம் படிக்கிற மனநிலைதான் முக்கியமானது.

கடற்கரையோர உணவகம் ஒன்றில் அமர்ந்துகொண்டு எனக்கு அப்படியான மந்திரம் ஒன்றைத்தான் எனக்குச் சம்பந்தமேயில்லாத நாடொன்றைச் சேர்ந்த ரமலோவ் இதயசுத்தியுடன் கற்றுத் தந்தார். அதை அவர் சொல்லும்போது அவருக்குப் பின்னே மஞ்சள் வெயிலை எதிர்த்துக்கொண்டு நம்பிக்கையோடு துடுப்பு போட்டு தைமூர் மீனவர்கள் கடலுக்குள் போய்க் கொண்டிருந்தார்கள். எனக்கான துடுப்பை அவர் அந்தச் சமயத்தில் தந்தார். விக்டர்

சொன்னது இதுதான்... "தேவைக்கு அதிகமான விஷயங்களை நீ யாரிடமும் கேட்காதே. தேவைக்கு அதிகமான விஷயங்களை நீயும் யாரிடமும் சொல்லாதே.'' வியாபாரத்திற்கு மட்டுமல்ல, எல்லா வற்றிற்கும் பொருந்துகிற மந்திரம்தான் இது. என்னளவில் ரமலோவும் புத்தன்தான். புத்தர்களை அருகிலேயே வைத்துக் கொண்டு வேறெங்கோ எப்போதும் தேடிக் கொண்டிருக்கிறோம்.

4

எதையும் கடந்தவர்கள்!

நகமும் நவ அங்காடிகளில் விற்கப்படும் நகப்பூச்சும் மாதிரி நெருக்கமான தோழிகள் அவர்கள். இருவருமே புகழ்பெற்ற மென்பொருள் நிறுவனம் ஒன்றில் பணிபுரிகிறார்கள். கொண்டாட்டங்களை முன்னிறுத்திய வாழ்வு இருவரதும். தங்களுக்கு வயதே ஆகாதென நம்புகிற தலைமுறையைச் சேர்ந்த அவர்கள் இருவருக்கும் மிகச் சரியாக இருபத்தைந்து வயதுதான் நடக்கிறது. பண்டிகை காலக் கொண்டாட்டமொன்றின் இரவில் அதில் ஒரு தோழிக்கு வங்கியிலிருந்து நாற்பத்தைந்தாயிரம் ரூபாய் பணத்தை எடுத்தது போல குறுஞ்செய்தி வருகிறது. ஏ.டி.எம் கார்டை அன்றைக்கு அலுவலகத்திற்கு எடுத்து வந்தது அந்தப் பெண்ணிற்கு ஞாபகம் இருக்கிறது. வேறு யார் எடுத்திருப்பார்கள்?

மறுநாள் அலுவலகம் போன அவர் அலுவலக அனுமதியுடன் கண்காணிப்பு கேமராக்களை நோட்டம் விட்டிருக்கிறார். அவருடைய தோழி அவருடைய பையில் இருந்து எதையோ எடுக்கிற காட்சி அதில் பதிவாகியிருக்கிறது. அலுவலகத்தில் அழைத்து அந்தப் பெண்ணை விசாரித்திருக்கிறார்கள். 'அவ சொல்றான்னு என்னையா சந்தேகப்படறீங்க? நான் ஹேர் பேண்டைதான் எடுத்தேன்' என்றிருக்கிறார் அவர். அந்தப் பெண்ணின் கண்ணைப் பார்த்தால் திருடின மாதிரி தெரியவில்லை என்று எல்லோரும் சொல்லியிருக்கிறார்கள். அந்த விசாரணைக்குப் பின் அந்தப் பெண் அலுவலகம் தொடர்பான பிரசண்டேஷன் ஒன்றையும் எல்லோருக்கும் செய்து

காட்டியிருக்கிறார். 'எடுத்திருந்தா கொஞ்சமாவது பதற்றம் இருந்திருக்கும்ல. அசால்ட்டா பிரசண்டேஷன் கொடுக்கறாங்கன்னா கள்ளம் கபடம் இல்லைன்னுதானே அர்த்தம்' என்று எல்லோரும் நம்பியிருக்கின்றனர்.

காசைத் தொலையக் கொடுத்த பெண்ணிற்கு வெறுத்துப் போய் விட்டது. வங்கியை அழைத்துக் கேட்டபோது, பணம் எடுத்த ஏ.டி.எம் முகவரியைக் கொடுத்திருக்கிறார்கள். அந்தப் பெண் தங்கியிருந்த பெண்கள் விடுதிக்குப் பக்கத்தில் இருக்கிற ஏ.டி.எம் அது. அலுவலகத்தில் மறுபடியும் அழைத்துக் கேட்டபோதும் அந்தப் பெண் ஒத்துக் கொள்ளவேயில்லை. வேறு வழியில்லாமல் காவல் துறையின் உதவியை நாடிவிட்டார் காசைத் தொலையக் கொடுத்தவர். காவல்துறையில் அழைத்து, பெற்றோரை வரவழைத்துச் சொல்லி விடுவோம் என்று மிரட்டிய பிறகே கடைசியாய் பணத்தை எடுத்ததை ஒத்துக் கொண்டிருக்கிறார். காவல் துறை விசாரணை நடந்து கொண்டிருந்தபோதே இந்தப் பெண்ணிற்கு ஒரு குறுஞ்செய்தி வந்திருக்கிறது. எடுத்த பெண்ணின் ஊரில் இருந்து அந்தப் பணத்தை யாரோ டெபாசிட் செய்திருக்கிறார்கள். இத்தனைக்கும் பணத்தை எடுத்த பெண்ணிற்குத் திருமணம் நிச்சயிக்கப்பட்டிருக்கிறது. இந்தச் சம்பவம் நடந்ததற்கு அடுத்த மாதம் திருமணம் என்கிற நிலையில் தான் இத்தனை களேபரங்களும் நடந்திருக்கின்றன. "இவ்வளவு நாள் பழகின ஃப்ரெண்டுன்னு கூட பார்க்கலை... ஒரு ஸாரிகூட கேட்கலை. இதெல்லாம் பரவாயில்லை. பணத்தை எடுத்துட்டு கொஞ்சம் கூட பதற்றம் இல்லாம, குற்றவுணர்ச்சி இல்லாம அவள் இருந்தது தான் என்னமோ பண்ணிருச்சு" என்றார் பணத்தைத் தொலையக் கொடுத்த பெண். அதைத்தான் இந்தயிடத்தில் முக்கியமாகப் பேசவேண்டியிருக்கிறது.

ஒரு காலகட்டத்தைத் தாண்டி வந்திருக்கிற எல்லோருமே இந்த உணர்வை ஒரு கட்டத்தில் அனுபவித்திருக்கக்கூடும். கூட்டு அறைகளில் தங்கியிருக்கும்போது, அங்கு பணம் காணாமல் போய்விட்டது என யாராவது புகார் எழுப்புவார்கள். பணத்தை நாம் எடுத்திருக்க மாட்டோம். ஆனாலும் நம்மை தவறாக எடுத்துக் கொள்வார்களோ என ஒரு பதற்றம் வந்து அடங்குமே... எடுக்காதவனுக்கே இருக்கக்கூடிய அந்தப் பதற்றத்தை, எடுத்த பெண் எதன் காரணமாகத் தொலைத்தார்? இது ஏதோ மேல்தட்டு, கீழ்தட்டு எனப் பிரித்துப் பார்த்துப் புரிந்துகொள்ளக்கூடிய விஷயமில்லை. மேல், கீழ், நடு என எல்லாத் தட்டுகளிலும் சர்வசாதாரணமாக நடக்கக்கூடிய விஷயமே இது.

சென்னையில் இருக்கிற அசோக்நகரில் கிறிஸ்துமஸ் இரவொன்றில் ஒரு வீட்டில் இருபத்தைந்து இலட்சம் கொள்ளையடிக்கப் பட்டிருந்தது. அந்தக் குற்றச் சம்பவத்தில் ஈடுபட்ட பையன்களை ஒருதடவை புரசைவாக்கம் சிறுவர் சீர்திருத்தப் பள்ளிக்குள் இருந்த விசாரணை மன்றத்தில் வைத்துப் பார்த்தேன். அதில் சம்பந்தப்பட்ட நான்கு பேருக்குமே பதினாறு வயதிற்கு மேல் இருக்காது. அவர்களை அழைத்துக்கொண்டு ஒரு பையனின் அம்மா வந்திருந்தார். வறுமையில் முக்கியெடுத்த முகத்துடன் அந்த ஏழைத்தாய் அடியாழக் கவலை களுடன் நின்றிருந்தார். அந்தப் பையன்கள் வெகு சாதாரணமான முகக் குறிப்புகளுடனும் மனநிலையுடனும் அந்தக் கொள்ளைச் சம்பவத்தை விவரித்தார்கள். எனக்குத்தான் தூக்கிவாரிப் போட்டது. யாராவது வந்திருந்தால் என்ன செய்திருப்பீர்கள் என்று கேட்டபோது, என் தோள்பட்டை உயரமே இருந்த அந்தச் சிறுவன் கண்களில் எந்தச் சலனுமில்லாமல், ''போட்டுத் தள்ளீருப்போம் தல'' என்றான். திருடி மாட்டிக்கொண்டோம் என்கிற எந்தவிதக் குற்றவுணர்வும் இல்லாத ஒரு தலைமுறை இங்கே மெல்ல உருவாகிக் கொண்டிருக்கிறது.

கொள்ளை மட்டுமல்லாமல் கொலைக்கு நிகரான காரியங்களைக்கூட அறியாமல் செய்துவிட்டதாகச் சொல்லிவிட்டுக் கடந்து விடுகிறார்கள். அக்காவின் கணவரோடு தொடர்பு வைத்துக்கொண்டார் தங்கை யொருத்தர். விஷயம் தெரிந்து 'நான் தூக்கி வளர்த்த என் தங்கையே இப்படிச் செய்துவிட்டாளே' என அக்கா தூக்கிட்டுத் தற்கொலை செய்துகொண்டார். இழவு வீட்டில் எந்தவிதச் சலனமுமில்லாமல் மரத்தினடியில் நின்று கொண்டிருந்த அந்தப் பெண்ணிற்கும் முப்பது வயதுதான் இருக்கும். அவர் நின்றிருந்த வேப்ப மரத்தின் கசப்பு அவர் மீது ஏறியிருந்தது.

ஐந்து வயதுக் குழந்தையை எல்லாக் காலங்களிலும் பாலியல் வன்புணர்விற்கு உட்படுத்திக் கொல்கிறவர்கள் இருந்திருக் கிறார்கள். அந்தக் குற்றத்தைச் செய்துவிட்டு குமைந்து குமைந்து செத்துப் போவார்கள் ஒரு காலத்தில். ஆனால் அதை இப்போது செய்த இளைஞன் ஒருவன், எந்தக் குற்றவுணர்வும் இல்லாமல் சிறைக்குப் போகிறான். சிறையிலிருந்து வெளியே வருகிறான். வெளியே வந்த அடுத்த கணம் அம்மாவைக் கொல்கிறான். மறுபடி தப்பிக்கிறான், மாட்டிக் கொள்கிறான். இத்தனை துர்சம்பவங்கள் நடக்கிற இடைவெளியில் நான் அந்த இளைஞனின் முகத்தையே பல்வேறு காட்சிகளின் வழியாகப் பார்த்துக் கொண்டிருந்தேன். அதில்... இது போன்ற சம்பவங்களைச் செய்தவர்கள் முகத்தை மூடிக்கொண்டு வருவார்கள். மாறாக, அவன் நெஞ்சுரம் கொண்டு

இந்தச் சமூகத்தை நேருக்கு நேர் பார்த்தபடிதான் வெளியே வருகிறான், துளிக் குற்றவுணர்வு இல்லை அதில்.

எங்கே தொலையக் கொடுத்தார்கள் அதை? பாலியல், ஒழுக்கம், அறம் என இதுவரை சொல்லிக் கொண்டிருந்தவைகளை எல்லாம் ஒரே எக்கில் தாவிக் குதித்துவிட்டார்கள் ஒரு பகுதியினர். எந்தக் குற்றவுணர்வும் இல்லாமல் அலுவலகத்தில் ஒரு வாழ்க்கை, வீட்டில் ஒரு வாழ்க்கை என வாழ்ந்து கொண்டிருக்கும் பெண்களையும் ஆண்களையும் பார்க்க முடிகிறது. விளக்கமாகச் சொல்லி பெற்றோர்கள் மனதில் வேல்பாய்ச்ச விருப்பமில்லை. அவர்களே நொந்து வெந்து போய் இருக்கிறார்கள். அடியாத மாடு பணியாது என ஒரு காலத்தில் அழுத்தமாகச் சொல்வார்கள். 'கண்ணை மட்டும் விட்டுருங்க. மத்தபடி உடம்பெல்லாம் உறிச்சு உப்புக் கண்டம் போட்டுருங்க' எனச் சொல்லித்தான் பள்ளியில் சேர்த்துவிட்டே வருவார்கள்.

இப்போது சர்வ சாதாரணமாக ஆசிரியையை நடு வகுப்பில் வைத்துக் குத்திக் கொல்கிறார்கள். தலைமை ஆசிரியருக்கு சுதந்திரமாகக் கத்திக் குத்து விழுகிறது. ஒழுக்கம் சார்ந்த அளவீட்டின்படி இந்த விவகாரங் களை அணுக விரும்பவில்லை. எது ஒழுக்கம் என்பது காலம்தோறும் மாறியபடியே இருக்கிறது. ஆனால் எல்லாவற்றிற்கும் அப்பால் கண்ணுக்குத் தெரியாத பொது ஒழுக்கம் என்பது தின்று கொழுத்த பூனைக் குட்டியைப்போல ஒரு ஓரத்தில் படுத்துக்கொண்டு இந்த ஒட்டுமொத்த சமூகத்தையும் வேடிக்கை பார்த்துக் கொண்டிருக்கிறது. அது வேடிக்கை பார்க்கிறதே என்கிற அச்சவுணர்வுதான் பல நேரங்களில் கடுமையான முற்களைக் கொண்ட இந்தச் சக்கரத்தைச் சுழற்றுகிறது.

தொலைக்கிறோம் என்பதே தெரியாமல் குற்றவுணர்வைத் தொலைத்தவர் களுக்கு மத்தியில் இதிலிருந்து தப்பிக்க வேண்டும் என்கிற எத்தனம் உடையவர்களையும் பார்க்கிறேன். ''மறுவாழ்வு மையத்தில அடிப்பாங்க அங்கிள். அம்மா அப்பா அடிச்சப்ப போலீஸுக்கு போயிடுவேன்னு எல்லாம் மிரட்டியிருக்கேன். இப்ப இந்த அடிய தாங்க முடியலை. எப்படியாச்சும் இதிலருந்து வெளீல வந்திரணும். தப்பு பண்ணிட்டோம்னு மனசு பாரமா இருக்கு'' என அடங்கி ஒடுங்கி கெஞ்சிய ஒரு பையன் என்னோடு சில வாரங்கள் தங்கியிருந்தான். அதே பையன்தான் அதற்கு முன்னர், 'உங்களுக்கு இதையெல்லாம் பண்றது குற்றவுணர்வா இருக்கு. எங்களுக்கு அப்படியில்லை. இது எங்கள் வாழ்க்கை' என முகத்தில் அடித்தாற்போல சொல்லியிருந்தான். மனம் திருந்திய மைந்தர்களாய் திரும்பி கூடுநோக்கி வருகிறவர்கள் எல்லாக் காலங்களிலும் இருக்கத்தான் செய்கிறார்கள்.

அந்தப் பையனை அழைத்துக் கேட்டபோது அவன் சொன்ன ஒரு விஷயத்தை மிக முக்கியமானதாகக் கருதுகிறேன். ''எங்களுடைய வீட்டில் படிப்பைப் பற்றி பேசுவார்கள். பணத்தைப் பற்றி பேசுவார்கள். சொந்தக்காரரர்கள் என்று பெரியளவில் யாரும் வருவதில்லை. நல்லது எது கெட்டது எது என எங்கள் வீட்டில் உரையாடியதே இல்லை'' என்று அவனுக்குத் தெரிந்த மொழியில் விளக்கிச் சொன்னான். இதைச் சொன்னால் என்னைப் பழமைவாதி மாதிரி பார்ப்பார்கள். ஆனால் கைகள் நடுங்க 'ரெண்டு இட்லிகூட சாப்பிட முடியவில்லை அங்கிள்' என்று வந்து நிற்கிற பையன் களைப் பார்க்கும்போது இதை அழுத்தமாகச் சொல்வது தப்பில்லை என்றே தோன்றுகிறது. அப்போதெல்லாம் நீதிக் கதைகள் சொல்கிற வகுப்பொன்றையே வாரம் ஒரு நாள் வைத்திருந்தார்கள். அதெல்லாம் இருக்கிறதா இப்போது என்று தெரியவில்லை. ஆனால் குறைந்தபட்சம் நல்லது கெட்டதுகள் குறித்த உரையாடல்கள் வீட்டிற்குள்ளாவது நடந்திருக்க வேண்டாமா?

நட்பை இழந்தாலே நாற்பது நாள் அமர்ந்து புலம்புகிறவர்களுக்கு மத்தியில் காதலைக்கூட அடுத்தநாளே உதறுகிறவர்கள் உருவாகி விட்டார்கள். காதலிக்காக சென்னை மீனம்பாக்கத்தில் உள்ள அலுவலகம் ஒன்றில் முப்பது இலட்சம் ரூபாயைக் கொள்ளை யடித்துவிட்டு, அங்கிருந்த ஒருத்தரைக் கொலை செய்துவிட்டு ஓடி வந்தான் ஒரு பையன். ஒரு கட்டத்தில் காவல்துறை நெருங்கி விட்டதைத் தெரிந்த பிறகு அவன் தற்கொலையும் செய்து கொண்டான். அந்தப் பையன் தற்கொலை செய்துகொண்ட அன்றிரவு அந்தப் பையனின் காதலி இன்னொரு பையனுக்கு 'ஐ லவ் யூ' என குறுஞ்செய்தி அனுப்பியிருந்ததை அந்தப் பெற்றோர்கள் எடுத்துக் காட்டினார்கள். இன்னொரு இளம் பெண் 'எனக்கு அவனும் வேண்டும், இவனும் வேண்டும்' என வெள்ளந்தியாக வந்து நின்றார். இதையெல்லாம் சகித்துக் கொள்கிற மாதிரி சமூகம் வளரவில்லை என்பதை அவர்களுக்கு எப்படி எடுத்துச் சொல்வது?

ஒருபக்கம் விண்வெளியில் போய் நடமாடுகிற தைரியத்தைப் பெற்றிருக்கிறார்கள். தனியாக இரண்டு பேர் அமரக்கூடிய விமான மொன்றை எடுத்துக்கொண்டு உலகம் சுற்றுகிற இரண்டு இந்தியப் பெண்களைப் பற்றிய செய்தியொன்றையும் படித்தேன். இன்னொரு பக்கம் எதன் மீதும் பிடிப்பில்லாதவர்களாகவும் அவர்கள் வளர்ந்து கொண்டிருக்கிறார்கள். நண்பர்களோடு கடற்கரையொன்றிற்கு ஐந்தாறு பேர் போயிருக்கிறார்கள். ஒருத்தன் மட்டும் கடற் சுழலிற்குள் மாட்டிக் கொண்டான். எல்லோரும் சேர்ந்து காப்பாற்ற

முயன்றிருக்கிறார்கள். முடியவில்லை என்றதும் கமுக்கமாய் திரும்பி வந்து மறுபடியும் கிரிக்கெட் விளையாடப் போய்விட்டார்கள் எல்லோரும். விசாரித்துப் பார்த்த பிறகுதான் கூட வந்த நண்பன் கடலில் மூழ்கிச் செத்து விட்ட விஷயமே தெரிய வந்திருக்கிறது. பொய்யெல்லாம் சொல்லவில்லை. எல்லாப் பத்திரிகைகளிலும் வந்த விஷயம்தான் இது. ''ஒரு வார்த்தையாவது சொல்லிருக்கலாம்ல. சொல்லி வச்ச மாதிரி அத்தனை பையன்களும் அவன் எங்க போனான்னு எங்களுக்கு தெரியலைன்னு சொன்னாங்க. ஒருத்தன் முகத்திலகூட பதட்டமே இல்லை'' என்றார் செத்துப் போன பையனின் தாய். நண்பன் செத்தாலும் சொல்ல மாட்டோம். திருடினாலும் சொல்ல மாட்டோம். கொள்ளையடித்தாலும் கவலையில்லை. கொன்றாலும் தப்பில்லை என இப்படி ஒரு தலைமுறை வளர்வது ஆரோக்கியமானதில்லை.

இதில் இன்னொரு கோணமும் இருக்கிறது. குற்றவுணர்வே கொள்ள வேண்டியதில்லை என்கிற மனநிலையை இவர்களுக்குக் கடத்தியது யார்? ஒரு குற்றம் நடந்தால் அது எல்லோருக்கும் பொறுப்பிருக்கிறது என்பது பாலபாடம். ஒளிந்து மறைந்து திரிந்து ஒரு தலைமுறை செய்ததை இப்போது இவர்கள் வெட்ட வெளிச்சத்தில் செய்ய ஆசைப்படுகிறார்கள். அறம் என்பது எது என கேள்விகள் ஒருபக்கம் இருக்கலாம். இது ஏதோ ஒழுக்கவியல் சார்ந்த போதனைகள் இல்லை. நான் அந்தப் பக்கமும் இல்லாமல் இந்தப் பக்கமும் இல்லாமல் நடுவில் நாற்காலி போட்டுக்கொண்டு அமர்ந்து இந்த விஷயத்தை அணுக விரும்புகிறேன். ஒரு சமூகம் எதை வேண்டு மானாலும் உதறிவிடலாம். அடிப்படை அறம் சார்ந்த குற்றவுணர்வை மட்டும் உதறிவிடக்கூடாது என்று எளிமையாகப் புரிந்து கொள்கிறேன். தொகுக்கப்பட்ட குற்றவுணர்வுகளின் வழியாகத் தான் ஒரு சமூகம் தன்னை அடுத்த கட்டத்திற்கு நகர்த்துகிறது என்பதை அழுத்தமாக நம்புகிறேன். குற்றவுணர்வே இல்லாத ஒரு தலைமுறையை உருவாக்கியது நாம்தான் என்பதில் அழுத்தமான குற்றவுணர்வின் புள்ளியைத் தொடவேண்டும் என்று தோன்றுகிறது. அவர்களோடு அமர்ந்து உரையாட வேண்டிய தருணம் இது. 'நான் தூங்கும்போது பாலியல் பலாத்காரம் செய்துவிட்டார்கள் என்று சொல்கிற பெண்ணையோ தேசத்தையே யாரும் மன்னிக்க மாட்டார்கள்' என்கிற கார்ல்மார்க்ஸின் கூற்றை இந்த இடத்தில் துணைக்கு அழைத்து வைத்துக் கொள்கிறேன். இந்தச் சமூகம் எதைத் தந்ததோ அதைத் திருப்பித் தந்து கொண்டிருக்கிறார்கள் அவர்கள் இப்போது. வயல்களையெல்லாம் ரசாயனமாக்கிவிட்டு வளர்கிற புல் ஆரோக்கியமாக வளரவேண்டும் என்று எதிர்பார்த்தால் எப்படி?

குற்றவுணர்வு திரண்டு வருகிறபோது அதைச் சுமக்கிற சக்தியும் அவர்களுக்கில்லை என்பதாலேயே பதறுகிறேன். ஆனால் அதை யெல்லாவற்றையும் மீறி 'எப்படியாவது இதிலிருந்து வெளீல வந்துர்ரணும் அங்கிள்' என தலையைத் தொங்கப்போட்டுக்கொண்டு சொன்ன அந்தப் பையன் கண்ணுக்குள் ஒரு சித்திரமாய் உருவாகி நிலவில் கால் மடக்கி நெல் குத்துகிற பாட்டிபோல உறைந்து போய் அமர்ந்திருக்கிறான். அவனைப் போன்றவர்களுக்கு இனிமேல் நாம் கதை சொல்லவேண்டும்!

5

எங்கே தொலையக் கொடுத்தோம்?

அதிகாலை நான்கு மணிக்கு காசிமேடு மீன் சந்தைக்கு, நாள் தவறாமல் கடலுக்கு மேலே துள்ளி வரும் சிறு மத்தி மீன் மாதிரி வந்துவிடுவார் அந்த முதியவர். வெள்ளை வேட்டி, சட்டை அந்த நேரத்திலும் மொடமொடப்பாக இருக்கும். சென்னையில் உள்ள மத்தியதர உணவகம் ஒன்றின் உரிமையாளர் அவர். வாங்குவது என்னவோ ஐந்தாறு கிலோவிற்குள்தான் இருக்கும். ஒருதடவை அவரிடம், ''இந்த அஞ்சாறு கிலோ வாங்குறதுக்கு ரெண்டு லிட்டர் பெட்ரோல போட்டு இந்தக் குளிரிலும் வர்றீங்க. வெளீல யார்ட்டயாவது ஆர்டர் கொடுத்தா அவங்களே வந்து ஹோட்டல்ல தந்துடுவாங்களே'' என்றேன். இடமும் வலமுமாக தலையை அழுத்தமாக ஆட்டிவிட்டு, ''எங்க ஹோட்டல நம்பி சாப்பிட வர்றாங்க. பொருள் தரமா இருக்கும்னு நம்புறாங்க. தரத்திலே ஒரு துளிகூட குறைஞ்சிரக்கூடாது. நானே நேர்ல வந்து வாங்கினாத்தான் ராத்திரில நிம்மதியா தூக்கம் வரும்'' என்றார்.

வஞ்சிர மீன் சில நேரங்களில் கிலோ வாங்கும் விலையே ஆயிரம் ரூபாய்க்கு மேல் வரும். பல பெரிய ஹோட்டல்களிலேயே விலை கூடுகிற சமயங்களில் வஞ்சிர மீன் என்று சொல்லி அரைக் கோலா மீனை விலைவாசி எகிறியிருக்கும்போது போடுவார்கள். ரங்கூன் வஞ்சிரம் என்று கூட அதைச் சொல்வார்கள். மூக்கு நீண்டு வால் குட்டையானால் ரங்கூன். மூக்கு குறுகி வால் நெட்டையானால் வஞ்சிரம். கருத்தவன் ரங்கூன். கொஞ்சம் வெளுத்தவன் வஞ்சிரம். மனிதர்களைப்போலதான் எல்லாவற்றையும் வகை பிரித்துவிட

முடியும். வஞ்சிரம் என்று சொல்லி தட்டில் வைத்தால் கண்டுபிடிக்கவே முடியாது. வறுத்த பிறகு கறுப்பேது? வெளுப்பேது? அதுவும் சாப்பிட உகந்ததுதான்.

ஆனாலும் ஒருபோதும் அவர் அதைச் செய்ததில்லை. இத்தனைக்கும் மீன் உணவு விலையை எப்போதும் ஒரே மாதிரிதான் அவருடைய உணவகத்தில் வைத்திருப்பார். விலை கூடுகிறதே என்பதற்காகக் கூட்டியதில்லை. ஒருநாள்கூட அவர் சிநேகிதமாக அரைக் கோலா பக்கமாகத் திரும்பிச் சிரித்ததில்லை. "எங்கட்ட சாப்பிட வர்றவங்க வஞ்சிரம்னு நெனைச்சுத்தான் ஆர்டர் பண்றாங்க. தப்பு பண்ணக் கூடாது. அடுத்தவங்களை துள்ளத் துடிக்க ஏமாத்தக்கூடாது. யாராவது ஒருத்தர் கண்டுபிடிச்சிட்டாகூட இதுநாள் வரை சேர்த்து வச்ச பெருமையெல்லாம் தரையோட தரையா மண்ணாயிடும். மத்தவங் களை விடுங்க. இலையில வைக்கும்போது நமக்குள்ள இருக்கிற குறுகுறுப்பு நம்மயே உறுத்துமில்லையா? பயந்து பயந்து வியாபாரத்தில நடமாட முடியாதில்ல" என்றார் எளிமையாக. அதிகாலையிலும் இன்னமும் மொடமொடப்பானது அவரது வெள்ளை உடை. இவரைப் போன்றவர்களைத்தான் உண்மையில் வேட்டி விளம்பரங்களில் நடிக்க வைக்கவேண்டும். மாறாக ஊரை அடித்து உலையில் போடுபவர்களே ரொம்பவும் அம்மாதிரியான விளம்பரங்களுக்குப் பொருந்திப் போகிறார்கள்.

அவர் மட்டுமல்ல, தரத்தை மட்டுமே நம்பியவர்கள் இங்கு இன்னமும் இருக்கத்தான் செய்கிறார்கள். தரம் என்பதை பொருளில் மட்டும் பொருத்திப் பார்க்காமல் வாழ்க்கையிலும் பொருத்திப் பார்க்க விழைகிறேன் இங்கே. நெடுஞ்சாலைப் பயணமொன்றில் சைவ உணவகம் என்று போர்டு போட்டிருந்த ஒரு கடையில் நல்ல சிக்கன் குழம்பு கிடைத்தது. தரத்தில் அடித்துக் கொள்ளவே முடியாது அக்குழம்பை. "ஏண்ணே, போர்ட அசைவம்னு மாத்தலாம்ல. நிறையப் பேர் வருவாங்கள்ள" என்று கேட்டபோது அவர் அலட்டிக் கொள்ளாமல், "போர்டு மாட்டுற செலவு வெட்டியா எதுக்கு தம்பி... தரத்தில கவனம் வச்சோம்னா அதெல்லாம் தேடி வருவாங்க. ஏன் நீங்க நாலு பேர்ட்ட போய் சொல்ல மாட்டீங்களா?" என்றார். வாழ்விலும் தரத்தில் கூடி நிற்பதுதான் கம்பீரமோ என்றுகூட எனக்கு உடனடியாகத் தோன்றியது.

உணவகம் என்றில்லை, இப்போது எல்லாத் துறைகளிலுமே இந்தத் தரத்திற்காக உயிரை விடும் போக்கு மெல்ல குறைந்தபடியே இருக்கிறது. மேலே சொன்ன ஆட்கள் எல்லாம் அருகி வரும் உயிரினங்களின் பட்டியலில் சேர்க்கப்பட்டு விடுவார்களோ என்கிற

அச்சம் கூட எழுகிறது. தும்பிலி என்கிற மீனைக் கூசாமல் கிழங்கான் என்று சொல்லி விற்கிறார்கள். மீனின் செவுளிற்குள் வெத்தலை எச்சிலைத் துப்பி 'ஃப்ரெஷ் ப்ளட் இருக்கு பாருங்க' என்று சொல்கிறவர்களும் இருக்கிறார்கள். மீனில் மட்டுமா கலப்படம்? சென்னை உயர் நீதிமன்றத்திற்கு எதிரே இருக்கும் தெருக்களில் கிடைக்காத பொருட்களே இல்லை. சோப்பில் துவங்கி மருந்து மாத்திரை வரை அத்தனை பொருட்களையும் மொத்த விலையில் அங்கே வாங்க முடியும். ஏற்கெனவே இதைப் பற்றி எழுதியிருக்கவும் செய்திருக்கிறேன். உள்ளே போய் 'எனக்கு பத்தாயிரம் சோப்பு கட்டிகள் வேண்டும்' என்று கேட்டால் உடனடியாக, 'அசியா? அட்டா?' என்பார்கள். வேறொன்றுமில்லை. அசி என்றால் தரமானது. அட்டு என்றால் டூப்ளிகேட். சோப்பை விடுங்கள். நாம் அன்றாடம் பயன்படுத்தும் தலைவலித் தைலங்கள் துவங்கி மாத்திரை வரை அட்டுக்கள் மனசாட்சியே இல்லாமல் கலந்துவிட்டன.

இவை பெரும்பாலும் மக்கள் ஒரே தடவை மட்டும் வந்து கூடி விட்டுச் செல்லும் சுற்றுலாத் தலங்களில் விற்கப்படுகின்றன. திரும்பிப் போய் யாரும் புகார் அளிக்கப் போவதில்லை என்கிற தைரியம்தான் இந்தத் தொழில்களுக்குப் பின்னால் இருக்கிற முதலீடு. சூப்பர் மார்க்கெட்டுகளில்கூட இந்த அட்டுக்கள் திருடித் தின்று கொழுத்த பெருச்சாளிகள்போல முகத்தை நுழைத்து எட்டிப் பார்க்கின்றன. உடனடியாகப் பணம் திரட்டுவதற்காக எதையும் செய்யலாம், யாரையும் ஏமாற்றலாம் என்கிற மனநிலை மெல்ல மேலெழுந்து வருவதைத்தான் இந்தயிடத்தில் இந்த உதாரணங்களைத் துணைக்கு வைத்துக்கொண்டு சொல்கிறேன். தமிழகத்தை ஒரு கோடு போட்டுப் பிரித்தால் அசலுக்கு நிகராக அட்டுக்களும் எல்லாத் துறைகளிலும் எல்லா இடங்களிலும் பெருச்சாளிகளைப்போல பெருகி விட்டனர். வியாபாரத்தில் மட்டுமல்லாமல் சம்பந்தப்பட்ட வாழ்வில் பக்கத்தில் இருப்பவனிடம் அடித்துப் பிடுங்கக்கூடாது என்கிற ஒட்டுமொத்த அடிப்படையான அறம் சார்ந்த மனநிலையை மெல்ல தமிழர்கள் கைவிட்டு வருகின்றனரோ?

அதிகாலையில் கதவைத் தட்டி வந்து நின்ற தம்பியொருத்தன். அவசரமாக பத்தாயிரம் ரூபாய் பணம் வேண்டும் என்றான். ''பேங்கில லோன் வாங்கித் தர்றதுக்கு அக்கா ஒருத்தங்க முன்பணமாக கட்டச் சொன்னாங்க'' என்றான். 'அப்படியெல்லாம் கட்டச் சொல்ல மாட்டார்களே' என விசாரித்துப் பார்த்தால் அத்தனையும் ஏமாற்று வேலை. இந்தப் பையன் மாதிரியே பலரிடம் இப்படி ஏமாற்றிப் பணம் வாங்கி அதை நான்கு வட்டிக்கு விடுகிறார் அந்த அக்கா. மூன்று மாதம் கழித்து சுழற்சியில், 'உனக்கு லோன் வாங்க முடியலை'

என்று சொல்லி திருப்பித் தந்துவிடுகிறார். இடையில் அவருக்கு ஏதாவது பிரச்சினையென்றால் அத்தனை பேர் பணமும் அதோகதி தான். முதியவர் பென்ஷன் வாங்கும் ஒருத்தரிடம் கிடைக்கிற ஆயிரம் ரூபாயில் நூறு ரூபாய் கமிஷன் அடிக்கிறார்கள். ''என்னோட அஞ்சு நாள் சோத்த புடுங்கிட்டு போறான். அப்படிப் போறது தப்புன்னுகூட அவனுக்கு தோணலை'' என்றார் முதியவர் ஒருத்தர். 'மாடு வாங்க லோன் வாங்கித் தருகிறேன்' என்று சொல்லி ஒரு கிராமத்தில் நூறு பேரிடம் தலைக்கு ஐநூறு ரூபாயை வாங்கிக்கொண்டு ஒருத்தர் தலைமறைவாகி விட்டார்.

நகரத்தில் எந்த வேலையென்றாலும் முடித்துத் தர ஆட்கள் இருக்கிறார்கள். புகழ்பெற்ற பள்ளியில் இடம் வாங்கித் தருகிறேன் என்று சொல்லி பெற்றோர்களிடம் அவர்களுக்குத் தெரிந்தவர்களே கமிஷன் வாங்கிக் கொள்கிறார்கள். பெரிய மென்பொருள் நிறுவனங்களில் சேர்வதற்கு, போலியாக இன்னொரு நிறுவனத்தில் வேலை பார்த்த மாதிரி சர்டிஃபிகேட் தருவதற்கு இருபதாயிரம் ரூபாய் கேட்கிறார்கள். அப்படி வாங்கித் தருகிறேன் என்று சொல்லி எங்களை ஏமாற்றி விட்டார்கள் என ஒரு ஐம்பது பேர் சில வருடங்களுக்கு முன்பு காவல்துறை ஆணையர் அலுவலகத்தில் குவிந்த காட்சியைப் பார்த்திருக்கிறேன். சாலையோரத்தில் பூ விற்கும் அம்மாவிடம் தினமும் பத்து ரூபாய் பிடுங்குகிறார்கள். விட்டால் எல்லாத் துறைகளிலும் நடைபெறும் இப்படியான மோசடிகளைப் பற்றி பக்கம் பக்கமாக எழுதலாம்.

எந்தெந்தத் துறையைச் சேர்ந்தவர்கள் என தனிப்பட்டு எழுதினால் உடனடியாக வழக்குப் போட்டு விடுகிறார்கள். இப்போதெல்லாம் தமிழகத்தில் தும்மினால்கூட வழக்குப் போட்டு விடுகிறார்கள். முன்பெல்லாம் தெருவில் அந்தத் துறையைச் சேர்ந்தவர் நடந்து வந்தால், எல்லோரும் ஒதுங்கி நின்று கும்பிடுவார்கள். 'அவர் கைபட்டால் அதிர்ஷ்டம். பிள்ளைகுட்டிக நல்லா வருவாங்க' என்பார்கள். ஆனால் இப்போது அவரே பிள்ளை குட்டிகளை பாலியல் வன்புணர்வுக்கு உள்ளாக்குகிறவராக இருக்கிறார். வம்பு வழக்கென்றால் துணிந்து அவரிடம் வெள்ளைப் பேப்பரில் கையெழுத்துப் போட்டுக் கொடுத்துவிட்டு வரலாம் என்பார்கள். இப்போது ஏமாற்றி அடித்துப் பிடுங்குபவர்களே அவர்களாகத்தான் இருக்கிறார்கள். வணிகர்கள் அரசியலுக்கு வரவேண்டும் என்று பெரியார் எழுதியதாக ஒரு குறிப்பை எங்கோ படித்த ஞாபகம் இருக்கிறது. இப்போது அப்படி வரச் சொல்லித் துணிந்து சொல்ல முடியுமா? நீதி வழங்கும் அமைப்புகளில் நடைபெறும் ஏமாற்று வேலைகளைப் பற்றியெல்லாம் இங்கே பேசி விடவே முடியாது.

நீதி, நேர்மையெல்லாம் நம்முடைய வசதிக்குத் தகுந்தாற்போல ஏற்படுத்திக் கொண்டது. எளியவர்களின் கடைசிப் புகலிடம் கடவுள் என்பார்கள்.

சாமிக்கு அபிஷேகத்திற்கு எண்ணெய் பாக்கெட் வாங்கித் தருகிறார்கள். அது பிரிக்காமலேயே மறுபடி கடைக்கு வந்துவிடுகிறது. மறுபடி சாமிக்குப் போய் மறுபடி கடைக்கு வந்துவிடுகிறது. ஒரு ஐம்பது எண்ணெய் பாக்கெட்டுகள் ஒரு நாள் முடிவதற்குள் ஐயாயிரம் பாக்கெட்டுகளாக விற்றுத் தீர்ந்து விடுகின்றன. 'முருகன் கட்டிய கோவணம் என்று சொல்லி பழைய கசங்கிய துணியைக் கொடுத்து அப்பாவி பக்தர் ஒருவரிடம் பத்தாயிரம் ரூபாயை ஆட்டையைப் போட்டுவிட்டேன்' என்று சிரித்துக்கொண்டே சொன்ன ஒருத்தரை அடிவார டாஸ்மாக் பாரில் பார்த்திருக்கிறேன். கருவறைக்குள் எட்டிப்பார்த்தால் சகல விதிமீறல்களும் சங்கடமில்லாமல் நிகழ்கின்றன. சமூகத்தில் சுழல்கிற சகல துறைகளிலும் இப்படி அடுத்தவனை ஏமாற்றும் மனிதர்கள் அசல்களுக்கு நிகராக நிறைந்திருக்கிறார்கள். பணத்திற்காக எதையும் செய்யலாம், யாரையும் ஏமாற்றலாம் என்பது ஒரு காலகட்டத்தின் மனநிலையாக மெல்ல உருண்டு திரண்டு வந்துகொண்டிருக்கிறது.

சொந்தத் தம்பியொருத்தருக்கு அரசாங்க அலுவலகத்தில் ஒரு வேலை. அங்கே ஐந்து லட்சம் கேட்டிருக்கிறார்கள். அதில் ஒரு லட்சம் சேர்த்துச் சொல்லி ஆறு லட்சம் என்று சொல்லியிருக்கிறார் அண்ணன். வேலைக்குச் சேர்ந்த பிறகுதான் இந்த விஷயமே தம்பிக்குத் தெரிய வந்திருக்கிறது. நிலங்களின் மீது கமிஷன் தொகையை ஏற்றி வைத்து விற்றுப் பழகிய கைகளுக்கு, குடும்பம், சொந்தம் என்றெல்லாம் பிரித்துப் பார்க்கத் தெரியவா போகிறது? அசலை விட அட்டுக் களுக்கு இச்சமூகம் நிரம்பவே மதிப்புக் கொடுப்பதால் அவர்களின் செய்கைகள் அவர்களுக்குத் தவறாகக்கூட உறைப்பதில்லையோ?

ஒட்டுமொத்தமாக ஒரு சமூகத்தில் இருக்கிற எல்லாத் துறைகளும் மதிப்பீடுகளின் வீழ்ச்சியைச் சந்தித்துக் கொண்டிருப்பது நல்லதற்கல்ல. இங்கே எதையும் எவருக்கும் அறிவுறுத்திவிட முடியாது. 'நீங்க மட்டும் யோக்கியமா?' என உடனடியாக பதில் கேள்வி வந்து விழும். எல்லோரும் ஒரே குட்டையில் அறம் தவறிய மட்டைகளாக இரண்டறக் கலந்துவிட்டால் அப்புறம் யார் சொன்னால்தான் மதிப்பார்கள்? இல்லையெனில் யார்தான் எடுத்துச் சொல்வது? இப்படி தங்களுக்குள்ளேயே அட்டுக்களை நடமாடவிட்டுக் கொண்டிருக்கும் சமூகம், தங்களை ஆள்பவர்கள், ஆளத் துடிப்பவர் களை மட்டும் அசலானவர்களாக இருக்க வேண்டும் என எதிர்பார்த்தால் எப்படி?

சிறுநகரொன்றில் உள்ள 47 வருட பழமையான உணவகம் ஒன்றிற்குப் போயிருந்தேன். கல்லாவில் அமர்ந்திருந்த அந்த மூதாட்டியின் கணவர் ஆரம்பித்த உணவகம் அது. இப்போதும் அப்பகுதி மக்களிடையே செல்வாக்குப் பெற்றதாகத் திகழ்கிறது. அவரின் கணவர் ஆறேழு வருடங்களுக்கு முன்பு இறந்துவிட்டார். அதற்கடுத்து அந்தம்மாவின் மேற்பார்வையில் உணவகம் நடக்கிறது. இத்தனைக்கும் அந்த அம்மா மூன்றாம் வகுப்பைப் பாதியில் நிறுத்தியவர். எழுதப் படிக்கத் தெரியவே தெரியாது. எல்லாமும் மனக்கணக்குதான். ஒருதடவை அவரிடம் ஓய்வாகப் பேசிக் கொண்டிருந்தபோது போகிற போக்கில், ''யாரையும் ஏமாத்தணும்னு நெனைக்கவே மாட்டோம். மளிகை, மசாலா, கறி, காய், எண்ணெய்னு எல்லா பொருளும் தரமானதுதான். யாராவது செக்கிங் வந்தாகூட, இந்தா பாருங்க சாமி கதவெல்லாம் தொறந்துதான் கிடக்குது, போயி என்ன வேணும்னாலும் செக் பண்ணிக்கோங்கன்னு வெளீல வந்து உக்காந்துக்குவேன். யாரையும் ஏமாத்தாம உழைச்சு சாப்பிட்டா என்ன எழவுக்கு பயந்து கிடக்கணும்'' என்றார். படிக்காத அந்த அம்மாவிற்கு இருக்கும் அந்தத் தெளிவு படித்தவர்கள் பலருக்கே இருப்பதில்லை. படித்தவர்கள் நிறைந்த சமூகம் என்று மார் தட்டுகிறோம். படிக்காதவர்களிடம் இருக்கும் சிறு அறத்தைக்கூட எங்கே தொலையக் கொடுத்தோம்? அசலையும் அட்டையும் பிரித்துப் பார்க்கிற சூட்சுமத்தை ஒரு சமூகம் தொலையக் கொடுத்துவிட்டால், திரும்பவும் பழையதை விரட்டிப் பிடிக்க பல்லாண்டுகளை பணயமாக வைக்க வேண்டியிருக்கும். பல்லாண்டுகள் என்கிற சக்கரம் சுழன்று முடிக்கையில், அதில் பல கோடி வாழ்வுகள் முடிந்து மடிந்து காணாமல் போயிருக்கும். இங்கே விலை போகாத மத்தி மீன்களே மிகச் சிறந்தவை என உலகெங்கும் சொல்கிறார்கள்.

6

பெத்துக் கெட்ட வயிறுகள்!

வளர்ந்த நகரமொன்றில் பாட்டு டீச்சராக இன்னமும் இருக்கிறார் அந்த அம்மா. சரஸ்வதி மாதிரி பார்டர் வைத்த வெள்ளைப் புடவையணிந்த அவர் 'பாடிப் பாடி மூணு வயிறு வளர்த்தேனே' எனப் பாடித் தனது வீணையை மீட்டியபோது அதில் துயரங்கள் துள்ளிக்கொண்டு வந்து கொட்டின. அவரின் கணவர் குடியின் நிமித்தமான அத்தனை பரிசுகளையும் அந்த அம்மாவின் வாழ்வில் திகட்டத் திகட்ட கொடுத்து விட்டார். ஒருகட்டத்தில் துயரங்களைத் தாங்க முடியாமல் இரண்டு பிள்ளைகளையும் கக்கத்தில் இறுக்கிக்கொண்டு வீட்டை விட்டு வெளியேறிவிட்டார். வாசலை விட்டு வெளியே வந்தபோது அந்தம்மாவிற்குப் பாட மட்டுமே தெரியும். தனக்குத் தெரிந்த அந்தப் பாடலை அவர் திருமணமான பிறகு பத்து வருடங்கள் பாடாமல் இருந்தார். பிள்ளைகளுக்காகப் பாட ஆரம்பித்தார் மறுபடியும். பிள்ளைகளையும் ஒரு கட்டத்தில் வளர்த்தெடுத்து ஆளாக்கி விட்டார். கடல் கடந்து பறந்து வந்து அம்மாவைப் பார்த்துவிட்டுப் போகும் பொறுப்பான இடத்திலும் பிள்ளைகள் அமர்ந்து விட்டார்கள்.

''உங்கள் வாழ்க்கையிலேயே நெக்குருகிய கணம் எது?'' என அவரிடம் கேட்டபோது, ''பிள்ளைகள்ட்டகூட இதுவரைக்கும் சொன்னதில்லை. இப்ப அவங்க பெரிய இடத்தில உக்காந்திருக்கறப்ப சொல்றது சரியான்னுகூட தெரியலை. ஆனாலும் சொல்றேன். அவங்க உக்காந்திருக்க எடத்தோட முக்கியத்துவத்த அவங்க புரிஞ்சுக்கணும்ங்கறதுக்காக சொல்றேன். வெளியே வந்து

| 53 |

சொந்தக்காரங்க தயவில தங்குறதுக்கு முன்னாடி கோயில்ல படுத்துக் கிடந்தோம். வரிசைல நின்னு பிச்சையெடுத்துதான் ஒருவாரம் பசிய ஓட்டினோம்'' என்றார் அந்த அம்மா. கையேந்தித்தான் பிள்ளைகளுக்கு இந்த வாழ்வை அவர் அருளினார் என்பது முகத்தில் அறைந்த உண்மை. அவர் அதைச் சொன்னபோது ஒரு குழந்தை மட்டும் அந்தச் சோறு ஒத்து வராமல் புரையேறின மாதிரி முகத்தைச் சுளித்தது. இதுமாதிரி குழந்தைகளுக்காகப் பிச்சையெடுத்த பல தாய்மார்களை என் அனுபவத்தில் சந்தித்திருக்கிறேன்.

முற்றிலும் மனநலம் குலைந்த இருபிள்ளைகளை வளர்த்துக் கொண்டிருக்கும் ஒரு அம்மா சிரித்துக்கொண்டே, ''டீவிய தூக்கி உடைச்சுருவாங்க. இங்க பாருங்க என் தலையைக்கூட சுத்தியலை வச்சு உடைச்சுட்டாங்க. முன்னாடி இருக்கிற பல் ஓட்டை அந்தா அவன் உடைச்சதுதான். என்ன பண்றது தெரிஞ்சா பண்றாங்க...'' என்றார்.

அம்மா மட்டும்தான் என்றில்லை. எனக்குத் தெரிந்த பெரியவர் ஒருத்தர் மனைவி இறந்த பிறகு இரண்டாம் திருமணம் செய்து கொள்ளாமல், பிள்ளைகளுக்காகவே உழைத்து நில புலன்களை வாங்கிப் போட்டார். ''இப்ப நீங்க பாக்கற ரோடெல்லாம் ஒரு காலத்தில காடா இருந்துச்சு. என் கால்ல ஏறாத முள்ளே இல்லை'' என்றார். பிள்ளைகள் அவருக்குத் திருப்பிச் செலுத்தியது என்ன? அத்தனை சொத்துக்களையும் அவரிடம் மிகச் சரியாகக் கணக்குப் பார்த்து எழுதி வாங்கிக் கொண்டார்கள். அதற்கடுத்து வீட்டில்கூட சோறு போடுவதில்லை என்பதால் அவர் இப்போது ஹோட்டல்களில்தான் சாப்பிட்டுக் கொண்டிருக்கிறார். வேகாத வெயிலில் தாங்கித் தாங்கி அரசு மருத்துவமனைக்கு நடந்து போய்க் கொண்டிருந்தார். நான் கொண்டுபோய் இறக்கி விட்டபோது அவர், ''நம்ம வண்டிய கிராஸ் பண்ணி ஒரு வண்டி போனத பாத்தீங்களா? அப்பன் இப்படி நடந்து போறான். பாத்தும் பாக்காத மாதிரி போறான் பாருங்க... அவன்தான் என் மூத்த மகன்'' என்றார் கசிந்த நீரைத் துடைத்தபடி. காலில் ஏறிய முள் இப்போது தொண்டையில் சிக்கிக் கொண்டது. அவர் இன்னொன்றையும் சொன்னார். ''நானாவது பரவாயில்லை, ஒதுங்க இடமாவது கிடைச்சிருக்கு. இங்க ஆஸ்பிட்டல்ல ஒரு கம்பவுண்டர் வேலை பார்த்தார். அவருக்கு கைகால் பக்கவாதம் வந்து விழுந்திருச்சு. வீட்டுக்கு போனா பிள்ளைக கண்டுக்கலை. இங்கயே வந்து பெட்டில படுத்துக்கிட்டார்'' என்று சொல்லிவிட்டு அவரது மருத்துவமனை தோழனான அந்த கம்பவுண்டரை அறிமுகப்படுத்தி வைத்தார். பூஞ்சை படர்ந்த கண்களைச் சுருக்கி என்னிடம் அவர், ''கதை கேட்கறதெல்லாம் இருக்கட்டும். அப்பன் ஆத்தாள எங்கள மாதிரி கைவிட்டுரக்கூடாது''

என அறிவுரை சொன்னார். நான் பதில் சொல்ல எத்தனிப்பதற்குள் எதையும் எதிர்பாராதவராய் தாங்கித் தாங்கி தன்னுடைய படுக்கையை நோக்கி நடந்து போனார்.

ஏதோ எளியவர்கள் பெற்ற குழந்தைகள் மட்டுமே இந்த மாதிரியான பதில் மரியாதையை வழங்கிக் கொண்டிருக்கின்றனர் எனச் சுருக்கிப் புரிந்து கொள்ளக்கூடாது. அமெரிக்காவிலும் ஆஸ்திரேலியாவிலும் குடித்தனம் இருக்கிற பிள்ளைகளின் தாயார் ஒருத்தரை, இன்னொரு மகன் பேருந்தில் ஏற்றி கண்காணாத தூரத்தில் தொலைத்துவிட்டு வந்துவிட்டார். எல்லோரும் நெருக்கி விசாரித்த பிறகே இந்த உண்மையும் தெரிய வந்தது. கடைசி வரை அந்த எழுபத்தைந்து வயது மூதாட்டியைக் கண்டுபிடிக்கவே முடியவில்லை. வழியெங்கும் இதுபோல் கைவிடப்படும் பெற்றோர்களைப் பார்க்கிறேன். 'தங்கத் தாம்பாளத்தில தாங்குவான்' என்பதுதான் எல்லோருடைய எதிர்பார்ப்பாகவும் இருக்கிறது. அந்த எதிர்பார்ப்புகள் எங்கே பொய்க்கின்றன?

'என்னப்பா, அப்பா அம்மாவை ஒழுங்கா பாத்துக்கறதில்லையா?' என விசாரிப்பதற்கு முன்பெல்லாம் ஆட்கள் இருந்தார்கள். ஊரை விட்டு ஒரு தலைமுறை வெளியேறிய பிறகு, இப்படிக் கேட்பவர்களை எதிர்நோக்குவதும் இல்லை. இப்படிக் கேட்டவர்களும் இப்போது அருகியும் விட்டனர். ஒரு தலைமுறையை நோக்கி மனத் துயருடன் இந்த விஷயத்தைப் பேச வேண்டியிருக்கிறது. தெரிந்த ஒரு பெண்ணிற்கு மாப்பிள்ளை தேடினார்கள். அவர் போட்ட நிபந்தனைகள் அனைத்தையும் சொன்னால் தூக்கிவாரிப் போடும் என்பதால் ஒன்றிரண்டை மட்டும் சொல்கிறேன். பையனுக்கு அண்ணன், தம்பி, தங்கை என்று யாரும் இருக்கக்கூடாது. பெற்றோர்கள் வெளியூரில் வசிக்க வேண்டும். 'எந்தப் பிக்கல் பிடுங்கல் இல்லாம இருக்கணும்' என அவருடைய அடியாழத்து ஆசையை நிபந்தனைகளாக முன்வைத்தார். இங்கே பிக்கல் பிடுங்கல்களை வழங்குபவர்களும் இருக்கிறார்கள் என்பதை மறுப்பதற்கில்லை.

அண்ணன் தம்பிகள் ஒருவருக்கு ஒருவர் பேசிக்கொள்ளக் கூடாது. அதற்கு ஒத்துக்கொண்டால்தான் தொடவே விடுவேன் என்று ஒருபெண் திருமணம் ஆன மறுநாளே சட்டம் ஒன்றைப் போட்டிருக்கிறார். முன்பெல்லாம் அண்ணன் தம்பிகள் சொத்துக்கள் பிரிப்பதன் காரணமாகத் தங்களுக்குள் அடித்துக் கொள்வார்கள். எனக்குத் தெரிந்த அண்ணன் ஒருத்தர் தன்னுடைய தம்பியை களத்து மேட்டில் வைத்து சொத்துப் பிரித்த தகராறின் காரணமாக

மம்பட்டியை வைத்து அடித்துக் கொன்றார். இன்னொரு அண்ணன் தன்னுடைய அண்ணனை இப்படிக் கொன்றுவிட்டார். ஒருகட்டத்தில் குற்றவுணர்வு உந்தித் தள்ள அண்ணனின் குடும்பத்தை தண்ணீர் வண்டி ஓட்டிக் காப்பாற்றி வருகிறார். இப்போதுள்ள தலைமுறை அதைச் செய்வதில்லை என்பதில் ஆறுதலே. தம்பியின் மனைவியைத் தட்டிப் பறிக்க நினைக்கிற பூமணிகளும் வாலிகளும் இல்லை என்பது உண்மைதான். தள்ளி வாழப் பழகிக்கொண்டு விட்டனர். சில நேரங்களில் தள்ளி வாழ்வதும் நல்லதற்குத்தான். அண்ணன் தம்பிகள் தங்கைகள் என்றால் பரவாயில்லை.

ஆனால் பெற்றோர்களை என்ன செய்ய? அலுவலகம் ஒன்றில் உயரதிகாரியாக இருந்த நண்பன் ஒருத்தன் மிகை போதையில் தலையைக் குனிந்து விசும்பிக்கொண்டே சொல்ல ஆரம்பித்தான். ''பேசாம எங்க அப்பா அம்மா செத்துட்டா நல்லா இருக்கும்னு தோணுது. என் மனைவி வழில ஏகப்பட்ட குடைச்சல்'' என அவன் இதைச் சொன்னபோது அவனது முகத்தை நிமிர்ந்து பார்த்தேன். தேம்பித் தேம்பி அழுது கொண்டிருந்தான். என்னுடைய அம்மாவையும் சேர்த்துத்தான் சொல்கிறேன். பெண்களுடைய அம்மாக்கள் 'அவங்க வீட்டோட ரெம்ப சேர விட்டுராத' என பெண் வீட்டு சீதனத்தைக் கைநிறையக் கொடுத்துத்தான் இன்னொரு வீட்டிற்கே அனுப்புகிறார்கள். வாழ அனுப்புவதற்குப் பதிலாக போருக்கு அனுப்புகிறார்கள். வந்த முதல் வாரத்திலேயே போரைத் துவக்கிவிட்டால், இப்படி தேம்பித் தேம்பி அழாமல் என்ன செய்வார்கள்?

ஆண்கள், பெண்கள் என பேதமெல்லாம் பிரித்துப் பார்த்துப் பேசவில்லை. 'எங்கண்ணன் வீட்டுக்கு வந்தா அன்னைக்கு எங்க வூட்டுக்காரரிடமிருந்து நைட் அடி உதை எனக்கு நிச்சயம்' எனச் சொன்ன பெண்ணையும் பார்த்திருக்கிறேன். எல்லாவற்றையும் மறைத்து மறைத்துப் பேசி இதுவரை என்ன சாதித்தோம்? பெற்றோரை, இதுவரை நம்மோடு வாழ்ந்தவர்களைக் கைவிடுவது என்கிற மனநிலை திரண்டு வருவது அபாயகரமானது. நேர்மை யற்றதும்கூட. கோயில் வாசல்களுக்குப் போய் அங்குள்ள முதியவர் களை அழைத்துக் கேளுங்கள். எதற்காக அவர்கள் இங்கே வந்து அமர்ந்திருக்கிறார்கள்? கையேந்தும் முதியவர்களிடம் கேளுங்கள். அவர்கள் மிச்சக் கதைகளைச் சொல்வார்கள். அதற்காக உலகமே இருட்டு என்றும் சொல்ல வரவில்லை. ஆழமான நன்னம்பிக்கையை விதைப்பவர்களும் இக்கூட்டத்தில் இருக்கத்தான் செய்கிறார்கள். துயரங்களுக்கு பெரும்பான்மை, சிறுபான்மை என்கிற பேதங்கள் ஏதுமில்லை. அல்லவைகள் நல்லவைகளிடம் பாடம் கற்றுக் கொள்ளட்டும். சுயசரிதைப் புத்தகம் ஒன்றில் இந்தக் கதையைப்

படித்தேன். ஹெலிகாப்டர் சேவை நடத்திக் கொண்டிருந்த நிறுவனமொன்றிடம் பையன் ஒருத்தன் போய் நின்றிருக்கிறான். 'என்னுடைய ஊரை விட்டு அவமானத்துடன் எங்களை அழைத்துக் கொண்டு எங்களுடைய தாய் வெளியேறினார். இப்போது நாங்கள் அவரது உழைப்பால் உயர்ந்துவிட்டோம். என்னுடைய அம்மாவை ஹெலிகாப்டரில் அமர வைத்துக்கொண்டு போய் அந்த ஊருக்கு நடுவே நிறுத்த விரும்புகிறேன்' என்றானாம். நிலாவைக் காட்டி சோறூட்டிய அம்மாவை நிலாவிற்குப் பக்கத்தில் கொண்டுபோய் அமர வைக்க நினைத்திருக்கிறான் அந்தப் பையன்.

இன்னொரு அம்மா அவரின் கணவர் இறந்த பிறகு அவர்களது குடும்பத் தொழிலான வாழை இலை விற்று எல்லாப் பிள்ளை களையும் படிக்க வைத்திருக்கிறார். அதில் மூத்தவர் ஒரு கதையைச் சொன்னார். அந்த அம்மா இலை விற்றுவிட்டு வரும்போது அடிவாங்கிய பழங்களை வாங்கிக்கொண்டு வந்து அதன் அழுகல் பக்கங்களை மட்டும் வெட்டி விட்டு நல்ல பக்கத்தை அறுத்து எல்லோரிடமும் கொடுப்பாராம். ''என்னோட தம்பி இப்ப கனடாவில இருக்கான். அவன் வீட்டுக்கு முன்னாடி ரெண்டு ஆப்பிள் மரம் இருக்கு. என் பிள்ளைகள், தம்பி பிள்ளைகள் எல்லாமும் அந்த மரத்தில இருந்து உதிர்ந்து விழற ஆப்பிள்களை உதைச்சு விளையாடிக்கிட்டு இருந்தாங்க. தற்செயலா அதைப் பாத்துக்கிட்டு இருந்த எங்கம்மாவை திரும்பிப் பார்த்தேன். எங்கம்மா அந்தக் காட்சிய ரசிச்சு சிரிச்சுக்கிட்டு இருந்தாங்க'' என்றார். அந்த அம்மாவின் இன்னொரு பையன், ''ஊருக்கே இலை வித்த எங்கம்மாவுக்கு தங்கத் தட்டிலதான் சோறு போடுவேன்'' என்று சொல்லி நிஜமாகவே தங்கத் தட்டு வாங்கப் போயிருக்கிறார். ''சாமிக மட்டும்தான் அதில சாப்பிடணும் தம்பி'' என்று சொல்லி அந்தம்மா மறுத்துவிட்டார்.

தங்கத் தாம்பாளமும் வேண்டாம். தங்கத் தட்டும் வேண்டாம். குறைந்தபட்சம் பெற்றவர்களிடம் பேசவாவது வேண்டாமா? பேசினாலே நீதிமன்றத்தில் விவாகரத்து வழக்கிற்காகப் போய் நிற்பேன் என்று இருபாலினமும் சொல்வது அறம்தானா? இந்தத் தலைமுறை இதைப் பற்றி ஆழமாக யோசிக்க வேண்டும். ''உனக்கு எழுதப்படிக்க தெரியுமா தம்பி?'' என்று வந்து நின்றார் கிராமத்துத் தாய் ஒருத்தர். சுருக்குப் பையில் மடித்து வைத்திருந்த பழைய நோட்டொன்றை எடுத்து அதில் எழுதியிருந்த ஒரு நம்பருக்கு ஃபோன் போட்டுத் தரச் சொன்னார். ''எங்க வூட்டுக்காரர் பதினஞ்சு நாளா கொஞ்சம் ஒடம்புக்கு முடியாம இருக்கார். என்னோட செல்லுல இருந்து போட்டா எடுக்கவே மாட்டேங்குறான்'' என்றார்.

அவருடைய பையனின் எண் அது. என்னுடைய எண்ணில் இருந்து அழைத்தபோது உடனடியாக எடுத்துவிட்டார். 'என்ன தம்பி இது?' என்றபோது, ''நான் என்ன பண்ணட்டும் சார்... பேசினாலே அங்க என்ன பேச்சு வேண்டிக் கிடக்குன்னு நித்தமும் சண்டை. மிஸ்டு கால கூட டெலீட் பண்ணிட்டு வீட்டுக்கு போக வேண்டிருக்கு'' என்றார் அப்பாவியாய்.

நான் இருக்கிற ஊரில், ''எங்க குடும்பத்தில் இருக்கிற அம்பத்தஞ்சு பேருக்கும் ஒரே சமையலறையிலதான் சாப்பாடு வேகுது'' என்றார் ஒருத்தர். கூட்டுக் குடும்பமாய் மாறி மறுபடி கூட்டுச் சமையல் எல்லாம் மறுபடி பண்ணச் சொல்லவில்லை. ஒவ்வொருத்தருக்கும் உப்பு உறைப்பு கொஞ்சம் கூடக் குறையத் தேவையாக இருக்கும் என்பதையும் புரிந்துகொள்ள முடிகிறது. மேலே மேலே எழும்பிப் பறப்பது எவ்வளவு முக்கியமோ அதைவிட புறப்பட்டு வந்த வேர்களைத் தொட்டுக் கொண்டிருப்பதும் அதி முக்கியம். இன்னொரு தடவை சுவரைப் பிடித்தபடி தாங்கித் தாங்கி நடந்து போன அந்த மருத்துவமனை கம்பவுண்டரிடம் போய், ''நான் அப்படியில்லைங்கய்யா'' என்றதற்கு, ''ஆணா இருந்தா என்ன? பெண்ணா இருந்தா என்ன? பிள்ளைகள்ளாம் கல்யாணத்துக்கு முன்னாடி இப்படித்தான் சொல்றீங்க... அப்பறம் துள்ளத் துடிக்க அப்பனாத்தாள கைவிட்டுர்றீங்க'' என்று சொல்லிவிட்டு, அவருடைய பிள்ளைகளுக்குத் தரவேண்டிய ஒரு பிரத்யேகமான முகச் சுளிப்பை என்னை நோக்கி வீசினார். என்னுடைய அப்பா என்னை நோக்கி வீசியது போலவே இருந்தது அது. எங்கள் இருவரது கால்களுக்கு இடையில் ஓடிக் கொண்டிருந்த சாக்கடையில் இருந்து ஃபினாயில் நறுமணம் மேலெழுந்து வந்து நாசியை அடைத்தது.

7

குடை நிழல்!

சிற்றூரில் உள்ள வங்கியொன்றின் மேனேஜர் அறைக்குள் அமர்ந்திருந்தேன். அப்போது நெற்றியில் விபூதி அணிந்து கண்களில் துலக்கத்துடன் வந்து நின்றார் இளைஞர் ஒருத்தர். எடுத்த எடுப்பிலேயே ''என்னுடைய பாத்திரக் கடையை விரிவுபடுத்த விரும்புகிறேன். எனக்கு லோன் வேண்டும்'' என உடைந்த ஆங்கிலத்தில் கேட்டார். ஆனாலும் அவர் தன்னம்பிக்கையாக எல்லோரையும் விட நன்றாகவே பேசினார். கற்க வேண்டும் என்கிற ஆர்வம் வந்துவிட்ட பிறகு, அவர் சீக்கிரமே அதில் கரை சேர்ந்தும் விடுவார் என உடனடியாகத் தோன்றியது. ''என்ன டாகுமெண் டெல்லாம் வைத்திருக்கிறீர்கள்?'' என மேனேஜர் கேட்டபோது, அவரிடம் அடிப்படையான ஒரு சில அடையாள அட்டைகளைத் தவிர வேறொன்றுமில்லை.

அவர் வாடகைக்கு இருக்கும் அந்தக் கட்டடத்திற்குக்கூட முறைப்படி ஒப்பந்தங்கள் போடவில்லை. ஐந்து ஆண்டுகளுக்கு முன்பு போட்ட காலாவதியான ஒப்பந்தம் ஒன்றை எடுத்துக் காட்டினார். அதைக்கூட புதுப்பித்துக் கொள்ளவில்லை. வாடகை கொடுப்பது வாங்குவது எல்லாமே கைப்புழக்கம்தான். வங்கிப் பரிவர்த்தனைகள் பக்கம் தலைவைத்துக்கூட பார்க்கவில்லை. நிச்சயமாகப் பார்க்கிறேன் என்று அவரை நம்பிக்கையோடு சொல்லி அனுப்பிவிட்டு மேனேஜர் என்னிடம், ''நீங்களே பாருங்க. எந்த ப்ரூஃபும் இல்லை. இன்னைக்கு நான் கொடுத்திடுவேன். திடீர்னு ட்ரான்ஸ்ஃபர் ஆயிட்டா வம்பு வழக்குன்னு பின்னாடி சுத்திக்கிட்டு இருக்க முடியுமா? அதைக்கூட

விடுங்க. ஒரு சேல் டீல்கூட சரியா போடாத பொறுப்பின்மையை நம்பி எப்படி கடன் கொடுக்கறதுன்னு சொல்லுங்க. எழுபது வயசு பெரியவர் ஒருத்தருக்குக்கூட சின்ன தொகையொண்ணை சொந்த ஜாமீன்ல கொடுத்திருக்கேன். இந்தப் பையனுக்கு ஏன் தயங்குறேன்னு புரியுதா?'' என நீளமாக விளக்கம் கொடுத்தார். அவருக்கும்கூட அந்தப் பையனுக்கு லோன் கொடுக்க ஆசைதான். அவனது பொறுப் பின்மை காரணமாக இவர் கையறு நிலையில் தவித்தார். கூடவே எரிச்சலும் எள்போல வெடித்தது அவரது முகத்தில்.

இதேமாதிரிதான் இன்னொரு தம்பி தடபுடலாக ஒரு வியாபாரம் செய்தான். ஒரு சில ஆண்டுகளில் அந்தத் தொழிலின் வழியாக சில கோடிகளை உருட்டிப் போட்டு எடுத்தான். அத்தனையும் கைவழி பரிவர்த்தனைகள். இத்தனைக்கும் அவனுக்கு வரி செலுத்துவதில் ஏமாற்ற வேண்டும் என்றெல்லாம் நோக்கமில்லை. மற்ற விஷயங்களில் எல்லாம் யோக்கியமான பையன்தான். வங்கிப் பரிவர்த்தனைகள் என்றாலே ஒரு அச்சம். வங்கியில் போய் இன்னமும் செல்லானை நிரப்பத் தெரியாதவர்கள் படித்த கூட்டத்தி லேயே எத்தனை பேர் இருக்கிறார்கள் தெரியுமா? நானெல்லாம் அந்த வகையைச் சேர்ந்தவன்தான். பரிட்சையில் எக்ஸ்ட்ரா ஷீட் வாங்குவதைப்போல, நாலைந்து செல்லான்களை எடுத்துக்கொண்டு போய் அடித்துத் திருத்தி எழுதிக் கொண்டிருப்பேன். பணத்தை எழுத்தால் எழுதச் சொன்ன இடத்தில் ராயலாக கையெழுத்தைப் போட்டு வைப்பேன். தூரத்தில் இருந்து பார்த்தால் ஏதோ சக்ரவியூகத்தினுள் அபிமன்யு நின்றதைப்போல் பேப்பரும் கையுமாக நின்றுகொண்டு, பின்னால் வரிசையில் நிற்கிறவர்களைப் பார்த்து ‘நீங்க முன்னாடி போங்க அண்ணாச்சி. எனக்கு கொஞ்சம் வேலை யிருக்கு’ என முன்னுக்குப் போகச் சொல்லிக் கொண்டிருப்பேன். ஒரு பானை சோற்றிற்கு ஒரு சோறு பதம்.

தம்பியும் அந்தமாதிரிதான் இதை நச்சுப் பிடித்த வேலையாக நினைத்துக் கொண்டான். சேமிப்புக் கணக்கைத் தவிர அவருக்கு வேறு எதுவும் வரவு செலவு கணக்கில்லை. அந்தச் சேமிப்புக் கணக்கிலும் இரண்டாயிரம் ரூபாய் இருப்பு தாண்டாமல் பார்த்துக் கொண்டிருந்திருக்கிறார். பொதுவாகவே பார்க்கிறேன். கீழே இருந்து தொழில் பார்க்க வருகிறவர்கள் இழக்கிற இடம்தான் இது. பணத்தை அவர்கள் கைகளில் உருட்டிக்கொண்டே விளையாடப் பிரியப்படுகிறார்கள். மொத்தமாய் அதை ஒரு இடத்தில் ஸ்தூலமாகப் பார்த்தால்தான் அதன் மதிப்பை அவர்களால் எடை போட முடிகிறது. இது ஒரு இயல்பான மனநிலை. ஒருவகையிலான சந்தைக் கடை மனநிலை.

தம்பியின் தொழில் திடீரென முடங்கிவிட்டது. இப்போது வேறு ஒரு தொழிலுக்கு முதலீட்டாளர்களைத் தேடி அலைந்து கொண்டிருக்கிறார். ஒரு ஈ, காக்கா கிடைத்தபாடில்லை. அவர் தனது பழைய வியாபாரத்தில் வந்தவைகளை வங்கிகளின் வழியாக பரிமாற்றம் மட்டும் செய்திருந்தால், இப்படி அலைய நேர்ந்திருக்காது. முறைப்படியான ஆவணங்களை உருவாக்கி வைத்திருந்தால் தேடி வந்து வீட்டின் கதவைத் தட்டியிருப்பார்கள். அந்தத் தம்பி ஆவணங்களை உருவாக்குகிற அளவிற்கு வசதி படைத்தவர்தான். பாத்திரக் கடையை விரிவுபடுத்துகிற ஆவலில் வந்து நின்ற அவரும் இவரும் ஒரே தவறைத்தான் செய்தார்கள்.

எல்லாத் தொழிலுக்கும் ஒரு ஒழுங்கு இருக்கிறது. நாலு பேருக்கு நடுவிலான வியாபாரம் என்கிறபோது அதையெல்லாம் மீறுவது சகஜம்தான். ஆனால் விரிவுபடுத்திப் பறக்கிற முயற்சிகளில் இருப்பவர்கள் இப்படிப் பொறுப்பின்மையை பொது இடங்களில் காட்டித் திரியக் கூடாது. ஆயிரம் கோடி ரூபாய் ஏமாற்றிப் போகிறவர் களுக்கு லோன் தரும் வங்கிகள் ஐந்து இலட்சம் கேட்பவனுக்கு ஏன் தர மறுக்கிறார்கள் என்று கேள்விகள் எழலாம். நன்றாகப் புரிந்து கொள்ளுங்கள். ஆயிரம் கோடி ரூபாயை ஆட்டையைப் போட்டவன் கொத்துக் கொத்தாய் பேப்பர்களை மேஜையில் அடுக்கினான். நம்ம ஆட்கள் முதல் பக்கம் கிழிந்த ரேஷன் அட்டையை மட்டும் கையில் வைத்துக்கொண்டு வந்து கேட்டால் பாவம் அவர்களும் என்ன செய்வார்கள்?

என்னுடைய அரசு, என்னுடைய வங்கி என்றெல்லாம் தெருவில் நின்றுகொண்டு சத்தம் விடக் கூடாது. மனசாட்சியைத் தொட்டுச் சொல்லுங்கள். புரோநோட்டில் எழுதி வாங்காமல் எங்காவது பக்கத்து வீட்டுக்காரராவது கடன் கொடுக்கிறாரா? கம்மலைக் கழற்றி வாங்கிக்கொண்டு ஆயிரம் ரூபாயை வட்டிக்குக் கொடுக்கும் அக்கா ஒருத்தரைப் பார்த்திருக்கிறேன். ''கம்மல என் காதிலயா மாட்டிக்கிட்டு திரியப் போறேன்... என்ன இருந்தாலும் பாதுகாப்பு இல்லையா? நகை லோன் பேங்க்ல வாங்கப் போனா பொட்டிக்குள்ள வாங்கி உரசிப் பார்த்து வச்சுக்கிறான்ல. நான் என்ன இப்ப உரசியா பார்த்தேன்? கவரிங்னு நெனைச்சேனா... எல்லாம் ஒரு நம்பிக்கை தான் பாத்துக்க'' என அந்தக்கா அதன் வியாபார விதிகளை எளிமை யாக விளக்கினார். இந்த இலட்சணத்தில் வங்கி மேனேஜர்களிடம் மட்டும் போய் எகிறினால் என்ன பயன்?

அந்தக் கதையை விட்டுவிடலாம். ஆயிரம் கோடி ஆட்டையைப் போட்டவர்களை விட ஐந்து இலட்சம் பணம் வாங்கியவர்கள்

அதைக் கட்டுவதில் அதிகமும் நேர்மை காப்பார்கள். வங்கியில் ஒன்றரை இலட்சம் கடன் வாங்கிய முதியவர் ஒருத்தர் அதன் கடைசித் தவணையைக் கட்டும்போது, ''நெஞ்ச அறுத்துக்கிட்டே இருந்துச்சு. கைநீட்டி வாங்குன கடனை கட்டாம கட்டை போயிடுமோன்னு நெனைச்சேன். இப்பதான் பூரிப்பா இருக்கு. என்ன இருந்தாலும் கடன திருப்பி கட்டி முடிக்கிறது நல்ல சொகம்தான்'' என்றார். அந்தச் சுகம் ஐயாயிரம் கோடிகளுக்கு இருக்குமா என்று தெரியவில்லை. வாங்கிய கடனை ஊதாரிபோல செலவழித்துவிட்டு, இன்னொரு நாட்டில் தப்பிப் போய் அமர்ந்து கொள்கிறவர்களையெல்லாம் என்னால் தோற்றுப் போன தொழிலதிபர் லிஸ்ட்டில் வைக்கவே முடியாது. அவர் தொழிலில் ஆயிரம் சிக்கல்கள் இருக்கலாம். ஆனால் எனக்கு 'அடுத்தவரிடம் பெற்ற கடனை வட்டியோடு முறையாய்த் திருப்பித் தந்துவிடு' என்றுதான் சொல்லித் தந்திருக்கிறார்கள்.

'அடுத்தவர் பணத்தைக் கையாளும்போது கூடுதல் பொறுப்போடு செயல்படு' என்றுதான் சின்ன வயதிலிருந்தே சொல்லித் தந்திருக் கிறார்கள். பார்ட்னர்ஷிப் கடை ஒன்றில் ஒருத்தர் அவர் பார்ட்னர் இல்லாத சமயங்களில் ஒரு பொட்டலம் பக்கோடா வாங்கக்கூட காசை எடுக்க மாட்டார். பார்ட்னர் இருக்கும்போது உரிமையாகச் சொல்லிவிட்டு எடுப்பார். கேட்டால், ''இது என்னுடைய பணம் மட்டுமில்லை. ரெண்டு பேரோட பணமும். பொறுப்பா அதைக் கையாளணும்'' என்பார். இரண்டு பேர் சேர்ந்து ஆரம்பிக்கும் வாய் வழி ஒப்பந்தத் தொழிலிலேயே இப்படி நடந்து கொள்கிறார்கள் என்றால், கூட்டுப் பெரிய தொழில்களில் அதுவும் மக்கள் பணப் பங்களிப்புகொண்ட தொழில்களில் எவ்வளவு பொறுப்போடு நடந்துகொள்ள வேண்டும்?

தொழில்முறையாக இப்போதெல்லாம் வணிகப் பொறுப்புகள் குறித்து கற்றுத் தர நிலையங்கள் நிறைய வந்துவிட்டன. வணிகப் படிப்பு படிப்பவர்களுக்கு இத்தகைய போதனைகள் கற்றும் தரப்படுகின்றன. கூடவே ஒரு நிறுவனத்தைக் கட்டி எழுப்பும்போதே அரசாங்கத்தின் கதவுகளைத் தட்டுகிற மாதிரியான ஆவணங்களைத் தயார் செய்ய சொல்லித் தருகிறார்கள். கிடைக்கிற எல்லா அரசுச் சலுகைகளையும் பயன்படுத்திக்கொண்டு மேலே பறக்கக் கற்பிக்கிறார்கள். இதுமாதிரி தொழில்முறையான கூட்டம் இந்தச் சமூகத்திலேயே கிளை பரப்பி வளரவும் ஆரம்பித்துவிட்டது. ஒரு வியாபாரம் பேசப் போன இடத்தில் நண்பர் ஒருத்தரிடம், இந்தத் தொழிலுக்கு அரசாங்கத்தில் மானியத்துடன் நிறைய லோன் கொடுக்கிறார்கள் என்று சொன்னதற்கு, ''லோனெல்லாம் வேண்டாம் சார். நச்சுப் பிடிச்ச வேலை. கைல இருக்கறதயே போட்டுச்

செய்வோம்'' என்று சொன்னார். எனக்குப் புரியவில்லை. எதற்காக வணிகம் செய்கிறோம்? ஒருத்தர் லோன் கொடுக்கிறேன் என்று வந்து நிற்கும்போது, எதற்காக கைக்காசைப் போட்டு தொழில் நடத்த வேண்டும்? குறைவான வட்டியைக் கொடுத்துவிட்டுப் போகலாமே? அரசாங்கத்திடம் கையேந்தக்கூடாது என்பது ஒரு பழைய மனநிலை. தொழில்முறை மனநிலை அல்ல அது. அந்த லோனின் கடைசித் தவணையைக் கட்டிய பெரியவரின் மனநிலை. அதையும் தப்புச் சொல்லவில்லை. ஆனால் தொழில் முறையாய் பெரிதாய் கிளை விரிக்கத் துடிப்பவர்கள் துறை சார்ந்த ஒழுங்கை மேற்கொள்வதில் உள்ள தயக்கங்களை உடைத்தாலே போதுமானது. பாத்திரக் கடைக்காக லோன் கேட்ட பையன் ஒழுங்கான ஆவணங்களைப் பராமரித்திருந்தால், சுளையாக அள்ளிய பிறகே திரும்பிச் சென்றிருப்பான். அது கிடைக்காத பட்சத்தில் வெளியில்தான் இனி கடன் கேட்டுக் கையேந்த வேண்டியிருக்கும். இன்னொரு விஷயமும் இருக்கிறது இதில். இப்போதெல்லாம் கையை நன்றாகக் கழுவி விட்டு வந்துதான் முற்றத்தில் நிற்கிற காக்காயைக்கூட விரட்டுகிறார்களாம்!

8

உடலே மந்திரம்!

செம்மண்ணில் உருண்டு புரண்டு வயிற்றைத் தள்ளிக்கொண்டு ஓடி வந்த ஒன்றரை மாத வயதுள்ள வெள்ளை நிற நாயைக் கண்டதும் வெடவெடவென்று வெண்டைக்காய்போல நீளமான உடலை உடைய அந்த முதியவர் முகத்தைச் சுளித்தார். ஏதோ செய்யக் கூடாத பாவமொன்றைச் செய்ததைப்போல என் முகத்தை அதிருப்தியுடன் உற்றுப் பார்த்தார். ''எவ்ளோ சொன்னாலும் கேக்க மாட்டேங்கறீங்க. வயிறு வீங்கக் கூடாதுங்க குட்டிக்கு. சாப்பாட்ட அளவா போடுங்க. காய்ச்சலையும் பாய்ச்சலையும் காட்டி வளக்கணுமில்லையா?'' என்று சொல்லிவிட்டு கடைசியாய் ஒரு விஷயத்தையும் சேர்த்துச் சொன்னார். ''சிட்டிக்காரங்களுக்குதான் வயிறு குப்பைத் தொட்டி மாதிரி'' என்றார். அவர் சொன்னது சரிதான்.

இதே மாதிரியொரு குண்டான நாயை தினமும் அதிகாலை தேநீர்க் கடையில் சந்திப்பேன். பக்கத்தில் இருக்கிற பிராய்லர் கறிக் கோழிக் கடையில் வாசம் செய்கிற நாயது. கழுத்தையும் உடலையும் அசைக்க முடியாமல், தத்தித் தத்தி நடந்து வரும். சின்ன வயதில் வெங்காய மண்டி நடத்தும் மாமா ஒருத்தர் இப்படித்தான் தெற்குத் தெருவில் நடந்து போவார். அவரைப் பார்த்தாலே தூக்கிக் கொஞ்சலாம் என்கிற மாதிரி ஒரு உணர்வு வந்துவிடும். அந்தப் பெரிய உடலில் அப்பாவி யான ஒரு முகம் தொங்கும். நிற்கிற இடத்திலெல்லாம் தட்டுப்படுகிற கடையில் எதையாவது வாங்கிச் சாப்பிடுவார். சாப்பாட்டுக் கடை வந்ததும் தன்னியல்பாக அவருடைய கால்கள் நின்றுகொள்ளுமோ என்று யோசித்திருக்கிறேன். ''கொஞ்சமா நொறுங்கச் சாப்பிட

| 64 |

கடைசி வரை தெரியாம போச்சே'' என ஒருதடவை சங்கடத்துடன் சொன்னார். இந்த உணவு இன்றே கடைசி என போர்டு மாட்டிய மாதிரி நினைத்துக்கொண்டு வெறியோடு சாப்பிடுவார். ஊரில் அவர் மீது மரியாதை கொண்டவர்கள்கூட அவர் சாப்பிடும்போது பார்த்துவிட்டு முகத்தைச் சுளிப்பார்கள்.

'வளர்ற பிள்ளைக்கு அளந்துதான் தட்டில போடணும். இல்லாட்டி படிப்பு ஏறாது' என கிட்டதட்ட எல்லோரது வீட்டிலுமே மட்டன் துண்டுகளை எண்ணித்தான் அப்போதெல்லாம் தட்டில் போடுவார்கள். எப்போதும் ஒரு அரைப் பசி இருக்கிற மாதிரியே பார்த்துக் கொள்வார்கள். அப்படி வளர்ந்ததால்தான் இப்போதும் தாக்குப் பிடிக்கிறோமோ என்றுகூட தோன்றுகிறது. இது ஏதோ ஒரு மேலோட்டமான படிப்பினை சார்ந்த விஷயம் இல்லை. ஆழமாக உழுகிற ஒரு பழக்கம் என்பதை உணர்ந்தேன். திடீர் மழைகளின் காரணமாக மொட்டு விடாமல் செடிகள்கூட கொழுப்பெடுத்து கொப்பு விட்டு வளர்வதைச் சுட்டிக் காட்டுகிறார்கள். காய்ச்சலும் பாய்ச்சலும் செடிகளுக்குக்கூட தேவை என்பதைச் சொல்லிச் சொல்லி மாய்கிறார்கள். பல நேரங்களில் தண்ணீர் விடாமல் வெயிலில் காயப் போடுகின்றனர் செடிகளை. நுணுக்கிச் செதுக்குகிற ஒரு இயற்கை சார் வாழ்க்கை முறை இங்கே ஏற்கெனவே இருந்திருக்கிறது. உடலை முறுக்கேற்றுகிற மந்திரத்தைத் தேடித் தேடி அலைந்திருக்கின்றனர்.

ஒருதடவை சர்வதேச புகைப்படக் கலைஞரான மதுரை செந்தில்குமரன் அவர் சேமிப்பில் வைத்திருந்த பழைய புகைப்படங்கள் சிலவற்றைக் காண்பித்தார். மதுரை சித்திரைத் திருவிழாவிற்கு தோள்களில் பிள்ளைகளைச் சுமந்துகொண்டு வந்த மக்களின் கறுப்பு வெள்ளைப் புகைப்படங்கள் அவை. நான் எல்லாவற்றையும் விட்டுவிட்டு அவர்களது வயிறுகளையே பார்த்தேன். சிக்ஸ் பேக் எல்லாம் தோற்றுப் போகும். இயல்பாகவே வரிக் குதிரையைப்போல உடல்களைக் கொண்டிருந்தார்கள். பழங்குடிச் சமூகங்கள் பலவற்றைப் பார்த்திருக்கிறேன். இந்தோனேசியா பக்கத்தில் உள்ள தீவொன்றில் வசிக்கும் பழங்குடி மக்கள் சிலரோடு வாழவும் செய்திருக்கிறேன். அங்கெல்லாம் தொப்பையைத் தள்ளிக்கொண்டு வந்து யாராவது நின்றால், வாயைப் பொத்திக்கொண்டு சிரிப்பார்கள். அவருக்கு சமூக மரியாதையைத் தரவும் தயங்குவார்கள். வெங்காய மண்டி மாமாக்கள் உலகெங்கும் இருக்கிறார்கள். அமேசான் காட்டுப் பழங்குடியினரின் வீடியோ ஒன்றைப் பார்த்தபோது அங்கேயும் ஒரு வெங்காய மண்டி வயிற்றைத் தள்ளிக்கொண்டு ஆடினார்.

அப்போது ஒரு சில வெங்காய மண்டி மாமாக்கள் மட்டுமே பஜார் வீதிகளில் சுற்றிக் கொண்டிருந்தார்கள். இப்போதைய நிலையைச் சொல்லியும் தெரியவேண்டுமா என்ன? உடலினை உறுதி செய், உடலே மந்திரம் என்கிற வார்த்தைகளையெல்லாம் உச்சரித்தால் ஏதோ பழமைவாதம் பேசுகிற ஆள் என்று உடனடியாக முத்திரை குத்துவார்கள். அதைப் பழமை என்றே வைத்துக்கொண்டு கடந்து போய்விடலாம். உடல் விஷயத்தில் தொடர்ந்து ஒழுங்காய் மேலேறி வந்த சங்கிலியில் எங்கோ பொத்துக்கொண்டு போய்விட்டது. அமெரிக்காவில் என்ன நடக்கிறதோ, அது பத்து வருடம் கழித்து இங்கேயும் நடக்கும் என நண்பர் ஒருத்தர் சொன்னார். யோசித்துப் பார்த்தால் மிகச் சரியாகத்தான் இருக்கிறது. இங்கேயும் உடல் பருமன் ஒரு பிரச்சினை ஆகிவிட்டதா இல்லையா?

அடிப்படையிலேயே உடல், அதை முறுக்கேற்றும் விளையாட்டுகள் குறித்த எதிர்மனநிலை இங்கே ஆழமாகப் பரவி விட்டது. நானும் தொழில் முறை விளையாட்டு வீரன் என்கிற முறையில் இதை உறுதியாகச் சொல்ல முடியும். விளையாட அனுமதிப்பதே இல்லை. இப்போதெல்லாம் விளையாட்டுப் பள்ளிகளுக்கு ஆட்களே வருவதில்லை என விளையாட்டு பயிற்றுநர் ஒருத்தர் மாலை மங்கும் நேரத்தில் வாலிபால் மைதானத்தில் நின்றுகொண்டு கண்ணீர் கசியச் சொன்னார். ஒட்டுமொத்த துரோணாச்சாரியார்களின் துயரத்தை ஒற்றைக் குரலில் வெளிப்படுத்தினார். இங்கே கிரிக்கெட் மட்டும் தான் விளையாட்டு. மற்ற விளையாட்டுகளெல்லாம் பயனில்லாதவை. தூக்கி எப்போதோ குப்பையில் எறிந்து விட்டார்கள். கை கால்களை அசைக்காத தலைமுறையை உற்பத்தி செய்து தள்ளுகிறார்கள்.

ஒரு சின்ன உதாரணம் சொல்கிறேன். விளையாட்டை எப்படி இவர்கள் விளையாட்டாய் எடுத்துக் கொள்கிறார்கள் என்பதைச் சொல்லிவிடும் அப்புள்ளி விபரம். தமிழகம் முழுக்க கிட்டதட்ட ஐம்பது இலட்சத்துக்கும் மேல் மாணவர்கள் கல்வி பயில்கின்றனர். கணக்கை எடுத்துப் பாருங்கள். மொத்தமே நான்காயிரத்து சொச்சம் உடற்கல்வி ஆசிரியர்கள்தான் இருக்கிறார்கள். அவர்களையும்கூட பிற பணிகளுக்குத்தான் அதிகமும் அனுப்புகிறார்கள் என்று உடல்கல்வி ஆசிரியர் ஒருவர் சொன்னார். இத்தனை இலட்சம் குழந்தைகளின் உடல்நலம் என்று என்றாவது யோசித்துப் பார்த்திருந்தால் இந்த அசட்டையைச் செய்திருக்கவே மாட்டார்கள். ஒட்டுமொத்த சமூகமே நாற்காலியில் உட்கார்ந்து கொண்டு மதியச் சாப்பாட்டை மூக்கு முட்ட முடித்த கையோடு மேல் சாப்பாடாக முறுக்கைக் கடித்துக் கொண்டிருக்கும் நிலையில் அவர்களை மட்டும் குற்றம் சொல்லுவானேன்?

ஒரு சமூகம் உடல் விஷயத்தில் படிப்படியாக எப்படி மேலிருந்து கீழே இறங்கியது என்பதைக் கண்கூடாகப் பார்த்தீர்கள்தானே? ஆண், பெண் என்று விலக்கி வைத்து பேதம் பிரிக்கவில்லை. எல்லோருமே வயிற்றைச் சுற்றி டயர் வாங்கிக்கொண்டுதான் அலைகிறார்கள். எல்லாவற்றையும் கொட்டுவதற்கு வயிறு ஒன்றும் குப்பைத் தொட்டியல்ல என்று அந்தப் பெரியவர் சொன்னதை ஆழமாக யோசித்துப் பார்க்கிறேன். இதற்குப் பின்னணியில் ஒரு சமூகக் காரணமும் இருக்கிறது. அதைத் தவறென்றும் உடனடியாக தடியெடுத்துத் தலையில் தட்டிச் சொல்லவும் முடியவில்லை. ஒரு விளையாட்டு வீரனாய் மேலெழும் ஆதங்கம்தான். வேறென்ன?

கூழ் குடித்த சமூகம்தான் இது. அரை வயிறாய்க் கிடந்து காய்ச்சலைப் பார்த்தவர்கள்தான். இப்போது எல்லாத் தட்டுகளிலும் மெல்ல மேலேறி வந்திருக்கிறார்கள். ஒட்டுமொத்த சமூக வளர்ச்சி என்பது மெல்ல சாத்தியப்பட்டிருக்கிறது. பொருளாதார ரீதியிலாக மேலேறி வரும் சமூகம் தனது பெருமிதத்தையும் பகட்டையும் நிலத்திலும் உணவிலும் காட்டும். குடிசைகள் எல்லாம் கான்க்ரீட் வீடுகளாய் மாறும்போது முன்னே விரிக்கிற இலையின் நீள, அகலமும் கூடும். தலைவாழை இலையில் குடும்பப் பகட்டையும் பெருமிதத்தையும் பரப்பத் துவங்கிவிட்டனர். இரண்டு பொரியல், ஒரு கூட்டு போட்ட கல்யாண வீடுகள் எல்லாம் இப்போது எப்படியிருக்கின்றன என்று போய்ப் பார்த்திருப்பீர்கள்தானே?

அறுபது அயிட்டங்களுக்குக் குறைவாக வைக்கவேகூடாது என அடம்பிடித்து பெருமிதங்களைக் காட்டத் துவங்கிவிட்டனர். எந்த விஷயத்திலும் எந்தச் சமூகமும் சுகித்து ஆடித்தான் அடங்கும். சுகிக்கிற நேரத்தில் காதிற்குப் பக்கத்தில் போய் ஏதாவது சொன்னால், 'சும்மா நொய்யு நொய்யுன்னு' என கையை ஓங்கத்தான் செய்வார்கள். ஒரு நம்பிக்கை பரவுவதைப்போல இப்போது மெல்ல காது கொடுத்தும் கேட்கவும் துவங்கியிருக்கின்றனர். ஏகப்பட்ட டயட் முறைகள் சந்தையில் கூவிக் கூவி விற்கப்படுகின்றன. சில நேரங்களில் இதைப் பின்பற்றாவிட்டால் செத்தே போவாய் என பயமுறுத்தக்கூட அவை செய்கின்றன. ஏதோ உடலைப் பேசுகிறார்கள் என்கிற வகையில் குற்றம் குறைகள் இருந்தாலும் அமைதியாய்க் கடந்து போக வேண்டியிருக்கிறது.

கிரிக்கெட் வீரர் கவாஸ்கர் ஒருதடவை விஷயமொன்றைச் சொன்னார். "ஆண்டிற்கு எட்டே எட்டு நாள்கள் மட்டுமே கட்டற்று சாப்பிடுவேன்" என்றார். உண்மையிலேயே அவரைப்போல சொல்பவர்கள் இங்கேயும் உருவாகி வருகின்றனர். இணைய பக்கங்களில் அப்படி

| 67 |

உடலை முறுக்கேற்றுகிற புகைப்படங்கள் கண்ணாரப் பார்க்கக் கிடைக்கின்றன. ஒரு இஞ்ச் தொப்பை அதிகமாகிவிட்டதே என்பதற்காக ஒரு இளம்பெண் தீவிர மன அழுத்தத்திற்குச் சென்று விட்ட கதையொன்றையும் பார்த்திருக்கிறேன்.

பகட்டாய் மேலெழுந்த சமூகத்தில் அதன் அடுத்த தலைமுறை இரண்டாகப் பிளவுபட்டுக் கிடக்கிறது. ஒருபக்கம் உடலை உறுதி செய்கிறவர்கள். இன்னொரு பக்கம் விளையாட படி தாண்டாதவர்கள். அறிவுரையாகச் சொல்லவில்லை. எச்சரிக்கையாகவே சொல்கிறேன். உலகம் இன்று சந்திக்கிற மிகப் பெரிய பிரச்சினை உடல் பருமன்தான். சுனாமியைக் கண்டுகூட அஞ்சாத ஜப்பானே இப்போது அதன் அடுத்த தலைமுறையின் வீங்கிய வயிறுகளைக் கண்டு அஞ்சத் துவங்கி விட்டது. நாயின் வயிறு வீங்குவதைக்கூட பொறுத்துக்கொள்ள முடியாத சமூகம்தான் நாமும். எங்கே இந்த அடிப்படை மனநிலையைத் தொலையக் கொடுத்தோம் என்று ஆழமாக யோசித்துப் பாருங்கள். விளையாட்டை மதிக்காத சமூகம் உடல் விஷயத்தில் உருப்பட்டதாய்ச் சரித்திரமே இல்லை. பொருளாதார ரீதியில் பாய்ச்சலைப் பார்த்துவிட்ட இந்தச் செடிகளுக்குக் காய்ச்சலைக் காட்டவேண்டிய நேரம் வந்துவிட்டது. அந்த வெள்ளை நிற நாய்க்குட்டியைப் பார்க்கும் போதெல்லாம் எதையாவது தின்னக் கொடுக்கலாம் என்று தோன்றத்தான் செய்கிறது. ஆனாலும் மட்டன் துண்டுகளை எண்ணித் தட்டில் போடுங்கள். அதைத்தான் எங்களுக்குச் செய்தார்கள். பசிக்காத நிலையில்கூட முறை வைத்து மூன்று நேரமும் சாப்பிட்டே ஆகவேண்டும் என எந்தச் சட்டப் புத்தகத்திலும் சொல்லவில்லை. காய்ச்சல் சில நேரங்களில் நல்ல தோழன்தான்!

9

கலர்க் கனவுகள்!

நான் நிதமும் கருவேல முட்களைக் கிழித்துக்கொண்டு போகிற அந்த மாட்டுத் தடப் பாதையில் திடீரென ஒரு சுற்றுச் சுவர் முளைத்தது. சிறிய ஓட்டு வீடொன்றை ஒட்டி 'ப' வடிவில் கட்டப்பட்ட சுற்றுச் சுவர் அது. தீப்பெட்டி அளவு இருக்கிற மாதிரி ஒரு காயப் போடும் களத்தினைச் சுற்றிக் கட்டப்பட்ட சிறிய சுவர். தினமும் அதிகாலையில் மூன்று பெண்கள் ஒரு ஆணுமாய் சேர்ந்து சாந்தைக் குழைத்துக் கொண்டிருப்பார்கள். சின்னப் பெண் பக்கத்தில் இருக்கிற அடிபம்ப்பில் தண்ணீர் அடித்துக் குடத்தை நிரப்புவார். பெரிய பெண்ணின் தலையில் இருக்கிற சாந்துச் சட்டியில் சிமெண்ட் கலவையை அள்ளிப் போடுவார் அந்த அம்மா. அந்தப் பெரிய மனிதர் கம்பில் இரண்டு பக்கமும் அண்ட்ராயர் தெரிகிற மாதிரி காலைப் போட்டுக்கொண்டு பூசிக் கொண்டிருப்பார்.

என்னுடைய கார் தூரத்தில் வருவது தெரிந்தால் அந்த மூத்த பெண் வீட்டிற்குள் ஓடிவிடுவார். உள்ளிருக்கிற கண்ணாடியில் பார்ப்பேன். தயக்கத்தோடு வந்து எட்டிப் பார்த்துவிட்டு சாந்துச் சட்டியை மறுபடியும் தூக்குவார். இது மாதிரி பத்து நாட்களுக்கும் மேல் நடந்தது. எனக்கு விவரம் புரிந்துவிட்டது. அடுத்த நாள் வண்டியை நிறுத்தி நடந்து போய், அவர்கள் நால்வருக்கும் கேட்கிற மாதிரி சொன்னேன். "கட்டடத்திற்கு கம்பி கட்டுற வேலை இருந்தா சொல்லுங்க. சின்ன வயசில லீவ் டைம்ல நானும் பார்த்திருக்கேன்" என்று சொன்னது மிகச் சத்தியமாக எல்லோருக்கும் புரிந்துவிட்டது. அந்தப் பெரிய மனிதர் உடனடியாகப் புரிந்துகொண்டு, "சபாஷ்" என சத்தமாகச் சொல்லிவிட்டுத் தலையாட்டினார். பெண் பிள்ளைகள்

சிநேகிதமாக சிரித்தார்கள். அந்தம்மா சேலையைக் கொண்டு முகத்தைத் துடைத்துவிட்டு, ''இதை சொல்றதுக்கா இப்படி எறங்கி வந்தீங்க... பாத்து போங்க. நெருஞ்சி முள் நிறைய கிடக்குது'' என்றார்.

நெருஞ்சி முட்களைக் கடந்து வரும் வாழ்க்கை அவர்களுடையது. அவர்கள் பூ கட்டுகிற ஒரு சிறுகுடும்பம். பிளாஸ்டிக் பூக்களின் காலத்தில் தெருப்பூக்களுக்கு மதிப்பில்லை. அந்த மூத்த பெண் கல்லூரி முதலாண்டு படிக்கிறார். இளைய பெண் பதினோராம் வகுப்பு படிக்கிறார். ஒருநாள் வழியில் நிறுத்தி அந்தப்பா சொன்னார். ''சொல்றதுக்கே சங்கட்டமா இருக்கு. இதுக்கு முன்னாடி டூ பாத்ரூம் போறதுக்கெல்லாம் எங்க பிள்ளைங்க நீங்க போற பாதையிலதான் உக்காருவாங்க. இப்ப ஆள் நடமாட்டம் நிறைய வந்திருச்சுங்கறதால கொஞ்சம் கடன புடன வாங்கி சுத்துச் சுவர் வச்சு ஒரு கக்கூஸ் கட்டினேன்'' என்றார். அந்தப் பெண் கல்லூரி போகும்போது அணிந்து போகும் உடைகளைப் பார்த்திருக்கிறேன். முந்நூறு ரூபாய் மதிப்பிலான சுடிதார்கள் அவை.

இந்த முந்நூறு ரூபாய் சுடிதார்களை யாரிடம் போட்டியிடச் சொல்கிறார்கள் தெரியுமா? நவ அங்காடிகளில் தொங்கும் டிஸைனர்ஸ் சாய்ஸ் சுடிதார்களோடு போட்டியிடச் சொல்கிறார்கள். இளவயது டிஸைனர் சுடிதார் ஒன்றோடு பேசினேன். ''எங்க வீட்ல பெட்ரூம் சைஸுக்கு பாத்ரூம் கட்டித் தரணும்னு எங்க அப்பாட்ட சொல்லிருக்கேன். ப்ராண்டட் அயிட்டங்களா வச்சு அட்டகாசமான ஒரு லிவிங் ரூம் மாதிரி'' என கண்கள் விரிய பறக்கிற தலைமுடியைக் கோதிக்கொண்டு கனவைச் சொன்னார். அடைய முடிகிற கனவைக் காண்கிறார் என்கிற வகையில் அவர் மீதொன்றும் வருத்தங்கள் இல்லை. பணக்காரனெல்லாம் கொழுப்பெடுத்தவன் என்று பார்க்கிற பழைய பார்வை மீது எனக்குக் கொஞ்சம் விருப்பம் கம்மிதான். ஒவ்வொருத்தரின் கனவிலும் ஒவ்வொரு ஏக்கம். ஏக்கத்தை அளவிட துலாக்கோல்கள் எதுவும் இல்லை.

ஆனால் சமூக யதார்த்தம் ஒன்றை உடைக்கிற வேலைகளைப் பற்றி இந்தயிடத்தில் பேசுகிறேன். விளம்பரம் ஒன்றைப் பார்த்துவிட்டு, இன்டெர்வியூவுக்கு இந்தச் சட்டைதான் போடுவேன் என அப்பாவிடம் சண்டை போட்டு சட்டை வாங்கினான் இளைஞன் ஒருத்தன். எல்லா சட்டையும் நல்ல சட்டைதான் என்று ஏன் இந்த விளம்பரங்கள் கொஞ்சம் கனிவாகப் பேச மறுக்கின்றன. இல்லாதவன் எங்கே போய் வாங்குவான்? முந்நூறு ரூபாய் சுடிதாரும் டிஸைனர் சுடிதாரும் ஒரே கல்லூரிக்குத்தான் படிக்கப் போக

வேண்டியிருக்கிறது. ஒரே அலுவலகத்தில்தான் முட்டி மோத வேண்டியிருக்கிறது. ஒரே மாதிரியான போட்டித் தேர்வைத்தான் எழுதவும் வேண்டியிருக்கிறது. எல்லோருக்கும் ஒரே மாதிரியான கலர்க் கனவுகள்தான் காட்சி ஊடகங்கள் வழி காட்டப்படுகின்றன. அடிவானில் ஊதா நிறத்தில் மிதக்கும் கனவுலகக் காட்சிகள் மட்டுமே விதைக்கப்படுகின்றன. லிவிங் ரூம் மாதிரி பாத்ரூம் வேண்டுமென்கிற வாழ்க்கைதான் அதிகமும் காட்டப்படுகின்றன. தப்பில்லை. ஒரு ஓரமாக வண்ணமயமாக வாழுங்கள். அது உங்களது உரிமையும்கூட.

ஆனால் எதற்காக உங்களுடையது சிறந்தது என்பதற்காக இன்னொருத்தருடையது மோசமானது என விளம்பரங்கள் துவங்கி எல்லாவற்றிலும் மட்டம் தட்டுகிறீர்கள்... இதைப் போட்டால்தான் நான் சிறந்தவன் ஆவேன் என்று வழி மொழிகிறீர்கள். கடுமையான ஏற்றத் தாழ்வுகளை பொதுவெளியில் ஏன் வெளிச்சம் போட்டுக் காட்டுகிறீர்கள்? அவர்கள் மனம் புண்படாதா? மஞ்சள் பூத்த சட்டை போட்டால் அவன் திறமையில்லாதவன் ஆகிவிடுவானா? திறமையும் திறமையின்மையும் எல்லாத் தட்டிலும் இருக்கத்தானே செய்கின்றன? எதற்காக சமூகத்தில் ஆழமான பிளவு கத்தியைக் கொண்டு கீறிப் போடப்படுகிறது?

இது எதிர்காலத்தில் பாரதூரமான விளைவுகளை நிச்சயம் உண்டு பண்ணும் என எச்சரிக்கை தொனியிலேயே சொல்கிறேன். இருப்பவன்/இல்லாதவன் என்கிற ஒற்றைக் கோடு எப்போதும் நல்லதல்ல. சுகிக்கிறவன்/சுகிக்கத் துடிக்கிறவன் என்று அந்தக் கோட்டை மாற்றத் துடிப்பதும் நல்லதல்ல. எல்லோரும் ஒரே கனவைச் சுமந்துகொண்டு ஓட முடியாது. அதில் நிறைய வண்ணங்கள் இருக்க வேண்டும். ஒற்றை வண்ணத்தைச் சிறந்தது என்று சொல்லி கொடி பிடித்துக்கொண்டு ஓட முடியாது. ‘ஒருநாள் இல்லாட்டி ஒருநாள் பாரேன். நைக் ஷூவுக்காக ஒருத்தனை ஒருத்தன் போட்டுக் கொல்றானா இல்லையா பாரு’ என அண்ணன் ஒருத்தர் பதினைந்து ஆண்டுகளுக்கு முன்பு சொன்னார்.

இதே மாதிரி சில ஆண்டுகளுக்கு முன்பாக சத்தியம் தியேட்டர் வாசலில் வைத்து ஸ்கூட்டியில் போன இளம்பெண் ஒருத்தரை ஒரு பையன் அடித்து உதைத்தான். அப்போது எல்லா பேப்பர்களிலும் அது செய்தியாக வந்தது. ‘குற்றம் நடந்தது என்ன?’ என்கிற நிகழ்ச்சிக்காக அந்தப் பையனைத் தேடிப் போனேன். சிறையில் இருந்து திரும்பி வந்திருந்தான். ‘‘எதற்காக அந்தப் பெண்ணை அப்படி மூர்க்கமாக போட்டு அடித்தாய்?’’ என்று கேட்டேன். ‘‘வேற என்னங்கண்ணா

பண்றது... வெறுப்பா இருக்கு. நாம் ரோட்டில போறோம். இவனுக கலர்கலரா சுத்திக்கிட்டு இருக்காங்க. எங்களுக்கு எப்பண்ணே இப்படி கலர்கலரா கிடைக்கும்? டீவில, படத்துல எல்லாம் காட்டுறாங்க. எங்களுக்கு மட்டும் அது கிடையாதுண்ணா எப்படி?'' என்று ஒரு அரசியல் பேசினான். அதை முற்றாக மறுக்க முடியவில்லை.

எரிச்சல் கொண்ட கூட்டம் இப்படி பெருகியபடியே இருப்பது நல்லதல்ல. பல கொள்ளை சம்பவங்களைப் பாருங்கள். பொறியியல் பட்டதாரிகளெல்லாம் கொள்ளையடிக்க இறங்கியிருக்கிறார்கள். ஆண்கள் மட்டுமல்ல. அலுவலகத்திலேயே கைவைத்த பெண்ணொருத்தியைப் பற்றி சில அத்தியாயங்களுக்கு முன்பு எழுதியிருக்கிறேன்தானே? பணத்திற்காகக் கொலை செய்கிறார்கள். அதிகப்படுத்தியெல்லாம் சொல்லவில்லை. ஒருவாரம் செய்தித் தாள்களில் இதுமாதிரியான செய்திகளை மட்டும் தேடுங்கள். எத்தனை தட்டுப்படுகிறது என்பது உங்களுக்கே உள்ளங்கையில் சூரியனைப்போல வெளிச்சமாகப் புரியும்.

இப்படி கொலை கொள்ளை சம்பவங்களில் ஏதாவது மேட்டுக்குடி இளைஞர்களைப் பார்த்திருக்கிறீர்களா? அவர்கள் எதற்காக பணத்திற்காகக் கொள்ளையடிக்க வேண்டும்? போதையில் காரைக் கொண்டுவந்து வேண்டுமானால் ஏற்றலாம்... குற்றத்தின் தன்மையை விளங்கிக்கொள்ள முடிகிறதா? ஒரே சமூகத்து இளைஞர்கள்தான். ஒருத்தன் பணத்திற்காகக் கொள்ளையடிக்கிறான். இன்னொருத்தன் போதையில் காரை ஏற்றிக் கொல்கிறான். திறந்த மனதோடு சொல்ல வேண்டுமெனில், பணத்திற்காகக் கொள்ளையடிக்கிற கூட்டம்தான் எண்ணிக்கை அளவில் அதிகமாக இருக்கிறது.

எதற்காக இவர்கள் கொள்ளையடிக்கப் போகவேண்டும்? ஏற்கெனவே சொன்ன மாதிரி, நீங்கள் விதைக்கிற ஒற்றைக் கலர்க் கனவுகளுக்காகத்தான் கொள்ளையடிக்கிறார்கள். வீட்டுப் பக்கத்தில் சுவரைத் தாண்டிப் போய்த் திருடி கேமரா செட் மொபைலை வாங்கிக்கொண்டு வந்த பையனை மட்டும் எப்படித் தனிமைப் படுத்திக் குற்றம் சொல்வீர்கள்? அந்த மொபைல் இருந்தால்தான் அழகான பெண்கள் உன்னைச் சுற்றி வருவார்கள் என்கிற கருத்தை விதைத்தது யார்? அதன் நீட்சியாக இந்த விஷயத்தைப் பற்றி திறந்த மனதோடு யோசித்துப் பாருங்கள்.

இருநூறு சதுர அடியில் தங்களது கைக்கு அடக்கமான விலையில் வாங்கிப் போட்ட பாத்ரூம் டைல்ஸையும் இத்தாலிய மார்பிள் பதிக்கப்பட்ட லிவிங் ரூம் பாத்ரூமையும் ஏன் ஒரே ட்ராக்கில் ஓடச்

சொல்கிறீர்கள்? இந்த மலையளவு வித்தியாசத்தை உணர முடியவில்லையா? மேலே ஏறி வந்த பின்னர்தானே ஒரே ட்ராக்கில் ஓட முடியும்... மேலே ஏறும் எத்தனங்களின்போதே ஏன் ஒற்றைக் கனவைக் காட்டி எங்களுடைய கலர்க் கனவுகளை முறித்துப் போடுகிறீர்கள்? உங்களுடையதும் யாருக்கும் சளைத்தது அல்ல. எல்லோரைப் போலவே உங்களுடையதும் சிறந்ததுதான் என்கிற உணர்வை அவர்கள் மத்தியில் ஏன் உருவாக்கத் தயங்குகிறீர்கள்? கல்லூரிக்கு முந்நூறு ரூபாய் சுடிதாரைப் போட்டுக்கொண்டு போகும் அந்தப் பெண்ணின் முகத்தை வந்து பாருங்கள். அந்தக் குட்டிக் கண்களிலும் ஏராளமான கலர்க் கனவுகள்!

10

இரவு வெள்ளிகள்!

ஓரிரவில் எனக்கு முன்னே நட்சத்திரக் கூட்டங்களை வாரியிறைக்கும் வடகிழக்கு வானத்தை வெறித்துப் பார்த்துக் கொண்டிருந்தேன். லட்சக்கணக்கான கூட்டங்களில் இருந்து ஒரு வெள்ளியை மட்டும் தனித்துப் பார்த்துவிடுகிற தவிப்பது. வணிகன் குடி கெடுத்த வெள்ளி என சொல்லப்படுவது அது. இருள் பிரிவதற்கு முந்தைய நேரத்தில் அதைக் கண்டுகொண்டேன். ஒரு பெரிய அளவிலான மின்மினிப்பூச்சி வானத்தில் அமர்ந்து மினுக்மினுக்கென்று சிணுங்குவதைப்போல அது விட்டு விட்டு ஒளிர்ந்தது. இவ்வளவு அழகான இந்த வெள்ளியைத்தான் ஒரு காலத்தில் குடி கெடுத்த வெள்ளி என்று வர்ணித்திருக்கிறார்கள்.

இந்த வெள்ளியைப் பார்த்துவிட்டு விடிந்துவிட்டது என்று நினைத்து தலைச் சுமையைத் தூக்கிக்கொண்டு வியாபாரிகள் அடுத்த ஊருக்குக் கிளம்புவார்களாம். உண்மையில் அது விடியலுக்கான நேரமில்லை. கள்வர்கள் உலவுகிற நேரம். பொருட்களைக் கள்வர்களுக்கு இரையாக்குகிற காரணத்தினாலே அதைக் குடி கெடுத்த வெள்ளி என்பார்கள். கள்வர்கள் இன்னமும் அந்த நேரத்தில்தான் விழித்திருக் கிறார்கள் என்கிறார்கள். எவரையும் போட்டுத் தள்ளிவிடும் தூக்கத்திற்கான நேரம். அப்போதுதான் கள்வர்கள் சுவர் தாண்டிக் குதிக்கிறார்கள். இன்னமும் பேப்பர்களைத் திறந்தால் அதிகாலை களில் கதவை உடைத்துக் கொள்ளை என செய்திகள் நிதமும் வரத்தானே செய்கின்றன? கள்வர்கள் மட்டுமா இப்போது விழித்திருக்கிறார்கள்?

ஊரடங்கிய சாமம் என்கிற வார்த்தைகள் நகரங்களுக்குப் பொருந்தாது. இரவு எட்டு மணிக்கே தூங்கி அதிகாலை ஐந்து மணிக்கு விழிக்கும் மனிதர்களுக்கு நடுவே இருந்தபடி இதை எழுதிக் கொண்டிருக்கிறேன். எனக்கும் ஒரு இரவு வாழ்க்கை ஒரு காலத்தில் இருந்தது. அதிகாலை இரண்டு மணியளவில் மீன் ஏலம் எடுக்க சென்னைச் சாலைகளில் தனியாகச் சுற்றிக்கொண்டு இருந்திருக்கிறேன். நான் மட்டுமா அந்த நேரத்தில் தனியாக இருந்தேன்? என்னைச் சுற்றிலும் மனிதர்கள் இருந்தார்கள். அவர்கள் கள்வர்கள் அல்ல. உழைக்கும் வர்க்கத்தினர். இரவுத் தூக்கத்தை உழைப்பிற்குத் தானம் கொடுத்த கூட்டம் இது. ஒரு இரவு வணிகம் நடந்தபடியே இருக்கிறது. கள்வர்கள் கூட்டத்தையும் இதையும் போட்டுக் குழப்பிக்கொள்ளக் கூடாது. ஒரு வகையில் இவர்களும்கூட வயிற்றிற்காக விழித்திருப்பவர்கள்தான்.

பொதுவாக தமிழகத்தில் இரவு வாழ்க்கை என்பது விரல் விட்டு எண்ணத்தக்க ஊர்களில் மட்டுமே ஒரு காலத்தில் இருந்தது. சந்தையை மையமாக வைத்து இயங்கும் ஊர்களுக்கு அப்படி ஒரு சிறப்பு கிடைத்துவிடும். சந்தை தொலையும்போது இரவு வாழ்க்கையும் தொலைந்துவிடும். ஒரு காலத்தில் மதுரையை தூங்கா நகரம் என்று சொல்வார்கள். இரண்டு மணிக்கு நான்கு இட்லிகளில் தொட்டுக் கொள்ள மூன்று சட்னிகளை ஊற்றித் தர ஆட்கள் இருந்தார்கள். ஒரு தடவை போனபோது, பதினொரு மணிக்கு நாலு இட்லிக்கு நாக்கு வேர்க்க அலைய வேண்டியிருந்தது. ஜனத்தொகை பெருகப் பெருக சில கட்டுப்பாடுகளைப் போட்டேயாக வேண்டியிருக்கிறது என காவல்துறை உயரதிகாரி ஒருத்தர் சொன்னார்.

ஒரு பக்கத்தில் குற்றங்கள் நிறைய நடந்து கொண்டிருந்தனவாம். அந்த ஏரியாவில் பதினொரு மணிக்கு மேலே கடைகள் திறந்திருக்கக் கூடாது என்று விதியொன்றைப் போட்டிருக்கிறார்கள். குற்ற எண்ணிக்கை கணிசமாகக் குறைந்தது என்று அந்த உயரதிகாரி சொன்னார். "நைட் நாலு பேர் நடந்து வருவான். எங்கடா போறீங்கன்னா டீ குடிக்கப் போறேம்பான். கடைய அடைச்சிட்டா, அப்படி சொல்ல முடியுமா? கடையே இல்லாத இடத்துக்கு நீ எதுக்கு டீ குடிக்க போறன்னு கொத்தா சட்டையைப் பிடிச்சு தூக்கிடுவோம். அதில பழைய குற்றவாளிகள் சிலர் மாட்டிக்குவாங்க" என்று விலாவாரியாகக் காரணத்தைச் சொன்னார். மதுரையிலும்கூட அதற்காகத்தான் செய்திருப்பார்கள்போல என மனதைத் தேற்றிக்கொண்டேன். ஆனாலும் தூங்கா நகரத்தை இப்படிப் போட்டுச் சாய்த்து விட்டார்களே என்கிற வருத்தம் வராமலில்லை.

இரவு முழுவதும் இப்படி சந்தைகளில் மக்கள் குவிந்திருந்தாலும், தூக்கம் என்பதற்கு மிகச் சரியான இடத்தை முன்பெல்லாம் ஒழுங்காகத் தந்து கொண்டிருந்தனர். பகலில் மாட்டுக்குப் பக்கத்தில் குற்றாலத் துண்டை விரித்து இவர்களும் சேர்ந்து தூங்குவார்கள். 'கள்ளன் மாதிரி ராத்திரி முழிச்சுக்கிட்டு இருக்கக்கூடாது' என ஒருத்தர் என்னிடம் கண்டிப்பான குரலில் ஒருதடவை சொன்னார். ஆனால் கள்வர்கள் விழித்திருக்கிற நேரத்தில் உழைத்து காலத்தை ஓட்டவேண்டிய தேவையோடு மக்கள் விழித்திருக்க வேண்டிய கட்டாயம் வந்துவிட்டது. இரவுப் பணி என்பது இப்போது வெகு சாதாரணமான சொற்பிரயோகம். ஒரு பொட்டுத் தூக்கம்கூட இருக்கக்கூடாது என்று சொல்லித்தான் வாட்ச்மேன்களையும் மென்பொருள் வல்லுநர்களையும் வேலைக்கே எடுக்கிறார்கள்.

அபரிமிதமான தேவை அதிகமான நேரம் உழைக்க வைத்துவிடும். அபரிமிதமான பேராசைக்கும்கூட அதில் பங்குண்டு. தூக்கத்தைத் தொலைத்த மனிதர்கள் என ஒரு சாதி மெல்ல உருவாகிக் கொண்டிருக்கிறது. அது கொடுக்கும் தாக்கத்தைச் சொல்லி மாளாது. இந்தியாவில் இப்போது மிரட்டுகிற வியாதி தூக்கமின்மைதான். அது இப்போது மிகப்பெரிய வணிகமும்கூட. தூக்கத்தைக் குறிவைத்து ஏகப்பட்ட மெத்தைகள்கூட வந்துவிட்டன. ஒருதடவை நண்பர் ஒருத்தர் மெத்தைக் கடை ஒன்றிற்குப் போயிருக்கிறார். ஐந்து இலட்சம் ரூபாய் விலை சொல்லியிருக்கிறார்கள். இவர் திகைப்படைந்து காரணத்தைக் கேட்டபோது, 'ஒருநாளைக்கு நாலு மணி நேரம் காருக்குள்ள இருப்பீங்களா... அதுக்கு கோடி ரூபாய்கூட செலவழிக்கிறீங்க. தினமும் தூங்கற எட்டு மணி நேரத்துக்கு இந்த காசக்கூட செலவழிக்க மாட்டீங்களா?' என்று சொன்னாராம் கடைக்காரர்.

இந்த விலை உசத்தி விவகாரங்களையெல்லாம் விட்டுவிடுங்கள். இது உண்மையிலேயே மிக முக்கியமான பிரச்சினை. தூக்கத்தைத் தொலைக்கிற காரணங்களினால், ஆண்டுதோறும் இந்தியாவில் அது சார்ந்த நோயாளிகளின் எண்ணிக்கை பெருகியபடியே இருக்கிறதாம். உலகளவிலான போக்கு இது என்றாலும் இந்தியாவில்தான் இதன் தாக்கம் அதிகம் என்று சொல்கிறார்கள். எனக்குத் தெரிந்த இளம்பெண் ஒருத்தர் மென் பொருள் நிறுவனத்தில் வேலை பார்த்தார். இப்போது தொழிலையே மாற்றிவிட்டார். இரவு தொடர்ச்சியாகத் தூங்காத காரணத்தினால் கோமா நிலைக்குப் போய்விட்டார். அதிலிருந்து அவரை மீட்டுக் கொண்டுவர அவரது குடும்பத்தினர் பல இலட்சங்களைச் செலவழித்தார்கள். பகலில் தூங்கிப் பழக்கப்படாததால் தூங்க முடியவில்லை என்று காரணம் சொன்னார். தூக்கமின்மையை ஒரு சிலரது உடல் ஏற்றுக் கொள்ளும்.

சிலரைப் போட்டுத் தள்ளிவிடும். இந்த எண்ணிக்கை ஆண்டுதோறும் பெருகியபடி இருக்கிறது. புள்ளி விவரங்களைத் தேடி எடுத்து படித்துப் பாருங்கள். திகைத்து விடுவீர்கள்.

அது வெறும் உடலை மட்டுமா பாதிக்கிறது? புதிதாகக் கல்யாணம் ஆன ஒரு நண்பன் இரவு வேலைக்குப் போய்விட்டு அதிகாலை வருவான். அவரின் மனைவி அலுவலகத்தில் மாலை திரும்பி வரும்போது அவன் அலுவலகத்திற்குக் கிளம்பிப் போய்விடுவான். கிடைக்கிற ஒரு நாள் விடுமுறையிலும் இவனுக்கு அக்கடாவென தூங்க ஆசை. ஆனால் அவனுடைய மனைவிக்கு ஷாப்பிங் போக ஆசை. இந்தச் சச்சரவில் அவர்கள் விவாகரத்தில் போய் நின்றார்கள். அவனுடைய அலுவலகத்தில் கேட்டபோது, 'ஒத்துக்கிட்டுதானே அக்ரிமெண்ட்ல கையெழுத்து போட்டீங்க. எதையும் சட்டப் படியாத்தான் எங்களால செய்ய முடியும்' என பொறுப்பாகப் பதில் தந்துவிட்டார்கள். இரண்டு பேர் வாழ்வும் எழுவதற்கு முன்பே கருகிப் போனது. இப்படிக் கருகியதற்கு யார் மேல் குற்றம் சொல்ல முடியும்? நன்றாக யோசித்துப் பாருங்கள்.

தேவைக்கு அதிகமாக ஒரு துளி ஊதினாலும் பலூன் பெருஞ் சத்தத்துடன் வெடித்துவிடும். அந்த வேலையைத்தான் உலக மெங்கும் செய்து கொண்டிருக்கிறார்கள். தமிழகம் மட்டும் அதற்கு விதிவிலக்கா என்ன? உடலும் ஒரு இயந்திரத்தைப்போலதான். அதை ஓட்டுகிற விதத்தில் ஓய்வு கொடுத்து ஓட்டினால் ஒழுங்காக ஓடும். இல்லாவிட்டால் மக்கர் பண்ணத்தான் செய்யும். ஒருநாள் நடுச்சாலையில் சத்தமின்றி நின்றுகொள்ளும். எதற்காக இவ்வளவு இரவுப் பணிகள்? பால், உணவு, பத்திரிகை என தேவையின் நிமித்தம் விழித்திருந்தவர்களை இந்த இடத்தில் சொல்லவில்லை. தேவை யிருப்பதால்தான் ஓடுகிறோம் என்று நியாயமான பதில்கூட சொல்லலாம்.

ஆனால் மனித குலம் சந்திக்கப் போகும் மிகப் பெரிய அச்சுறுத்தலின் நிமித்தமாக இதைப் பற்றிக் கொஞ்சம் யோசித்துப் பார்க்கலாம். ஏதோ ஆவுடையப்பனுக்காக மட்டும் கேட்கவில்லை. ஆண்ட்ரூஸுக்காக வும் சேர்த்துத்தான் கேட்கிறேன். பகலில் தூங்க வேண்டியதுதானே என்றும் கேட்கலாம். பகலிலும் தூங்க முடியாத கோடிக்கணக்கான வாழ்க்கையை முன்னிறுத்தியே இந்தக் கேள்வியைக் கேட்கிறேன். 'எட்டு மணி நேர உழைப்பு, எட்டு மணி நேர இளைப்பாறுதல், எட்டு மணி நேர ஓய்வு' என எட்டு எட்டாக மிகச் சரியாகப் பிரித்து வைத்திருப்பதை ஒரே எட்டில் தாண்டி விட்டதால், அதன் பின்விளைவுகளை அனுபவித்துத்தான் ஆகவேண்டும்.

தூக்கமின்மை என்கிற பேரரக்கன் தன் நாவுகளில் நோய் ஜுவாலைகளை ஏந்திக்கொண்டு உங்களை நோக்கித்தான் வேகமாக வந்து கொண்டிருக்கிறான். விழித்துக் கொள்ளவேண்டிய பொறுப்பு நம்முடைய கைகளில்தான் இருக்கிறது. வணிகன் குடிகெடுத்த வெள்ளி வாராதே வாராதே என மறித்துக் கை காட்டுவதுபோல எனக்கு மட்டும்தான் தோன்றுகிறதா? நள்ளிரவில் விழித்தபடி சாலைகளில் எதிர்காலத்தை விளம்பியபடி திரியும் குடுகுடுப்பைக் காரனின் வாக்காகக்கூட இதை எடுத்துக் கொள்ளுங்கள்!

11

மறையும் சாம்பிராணிப் புகை!

சமீபத்தில் தம்பியொருத்தன் முகநூலில் பதிவொன்றை எழுதியிருந்தான். பக்கத்தில் இருந்து பார்த்ததால் அது உண்மையென்று உண்மை யாகவே அறிவேன். அவன் உரம் சார்ந்த தொழிலில் புதிய வகை இயற்கை உரம் ஒன்றின் ஃபார்முலாவைக் கண்டறிந்திருக்கிறான். அவனுக்குத் தனது புதிய கண்டுபிடிப்பைச் சந்தைப்படுத்துவதற்கு முதலீட்டாளர்கள் தேவை. இதற்கு முன்னர் அவன் வெற்றிகரமாக தேங்காய் நார் உரிக்கும் தொழிற்சாலை ஒன்றைக் கொஞ்சம் பெரியளவில் நடத்திக் கொண்டிருந்தான். அந்தத் தொழிலிலும் பெரிய ஆட்கள் கைமுதலோடு நுழைந்து விட்டதால், அவனுக்குத் தொழில் கொஞ்சம் பாதிப்பு. அந்தத் தொழிலுக்கும் கைமுதல் வைத்திருக்கிற முதலீட்டாளர்களைத் தேடிக் கொண்டிருந்தான்.

அவன் முகநூலில் புனைபெயரில் எழுதுகிறவன். அந்த உலகத்தின் தொடர்புகள் வழியாக ஒரு முதலீட்டாளரின் தொடர்பு கிடைத்திருக்கிறது. அவரும் எல்லா விவரங்களையும் கேட்ட பிறகு, அந்தப் பொருளுக்கு சர்வதேசச் சந்தை இருப்பதை அறிந்து உடனடி யாகப் பணம் போட முன்வந்தார். அதற்கு அவர் வங்கிக் கணக்கு விவரங்களைக் கேட்டார். இந்தத் தம்பி அனுப்பி வைத்ததும், அவர் உடனடியாக பதில் அனுப்பிவிட்டார். 'ஸாரி நான் ஏதோ உங்களை வேற மாதிரி நினைச்சேன். முஸ்லீம்னு இப்பத்தான் தெரியுது. அவங்ககூட பிஸினஸ் நான் பண்றதில்ல' என்று முகத்திற்கு நேராகவே சொல்லிவிட்டார்.

வேறு ஏதாவது காரணம் சொல்லித் தட்டிக் கழித்திருக்கலாம் என்று ஆதங்கத்தோடு சொன்னான் அந்தத் தம்பி. எல்லாப் பக்கங்களிலும் இது மாதிரி இப்போது நிறைய நடக்க ஆரம்பித்துவிட்டது. மீன் ஆர்டர் எடுப்பதற்காக இஸ்லாமியர் ஒருத்தர் நடத்தும் உணவகத்திற்குச் சென்றிருந்தேன். அவர் தெளிவாக அதே சமயம் என் மனம் கோணாமல் பதில் சொல்லித் திருப்பி அனுப்பி வைத்துவிட்டார். ''கோச்சுக்காதீங்க. எங்க ஆளுங்கள்ள ஒருத்தரே மீன் போடுறார். பத்து இருபது ரூபாய் கூடன்னாலும் அவருக்கு தொழில் கொடுக்கிற திருப்திக்காக செய்யுறோம்'' என்றார். இதுமாதிரி நாங்கள் வளர்கிற காலத்தில் பார்த்ததே இல்லை. உண்மையில் எங்களை மாதிரியான ஆட்களுக்கு இது வித்தியாசமாக இருக்கிறது.

சிறு நகரத்தில் பிறந்து வளர்ந்தவர்கள் எல்லோரிடமுமே இந்த மனநிலையை எளிதாகப் பார்க்க முடியும். எங்களுடைய கடைக்கு தினமும் சாம்பிராணி போட ஒருத்தர் வருவார். கடைசி வரை அவர் எனக்கு இஸ்மாயில் மாமாதான். 'முன்ன மாதிரில்லாம் தொழில் இல்லப்பா அவருக்கு. ஏதாவது மினிஸ்டர்ககிட்ட சொல்லி செஞ்சு குடு. கைவண்டி மண்ணெண்ண விக்கலாம்னு யோசிக்கறாரு. நானும்கூட சேர்ந்து பத்தாயிரம் போடலாம்னு பாக்கேன். ஆர்டர் குடுக்கறதுக்கு அம்பதாயிரம் கேக்கறாங்க. கொஞ்சம் குறைச்சுக் குடுத்தா புண்ணியமாப் போகும்' என்று என்னுடைய அப்பா ஒருதடவை ஃபோன் செய்தார். சேர்ந்து வியாபாரம் செய்து கொண்டிருந்த கூட்டத்தைச் சேர்ந்தவர்தானே அவரும்? அங்கிருந்து தானே இதை நாங்கள் கற்றுக் கொள்ளவும் செய்தோம்.

எங்களுடைய பால்யம் துலக்கமாக நினைவில் இருக்கிறது. ரம்ஜான் பிரியாணி தட்டுப்பாடில்லாமல் தட்டில் நிறையும். தீபாவளிப் பலகாரங்களை வாங்கிக் கொள்வார்கள். அந்த அண்ணன்கள்தான் 'அதெல்லாம் பூஜைல வச்சத சாப்பிடக்கூடாது' என்று சொல்வார்கள். அந்த அக்காக்கள் மறைமுகமாக வாங்கிச் சாப்பிட்டுக் கொள்வார்கள். ஃபாத்திமா அத்தைக்கு என் கையாலேயே திருப்பதி பிரசாத லட்டை ஊட்டி விட்டிருக்கிறேன். ''யா அல்லாஹ்... போதும் போதும் விடு. கூப்டு போய் மதம் மாத்தி அத்தைய கல்யாணம் செய்துக்குவ போல'' என மடியில் கிடத்திக்கொண்டு சொன்னார்.

அன்பின் பிரசாதங்களுக்காக மதம் மாறியவர்களும் இருக்கிறார்கள். தூரத்து உறவினர் ஒருத்தர் கஷ்டப்படும்போது அவருடைய கடை ஓனர் நிறைய உதவி பண்ணியிருக்கிறார். துயரத்தில் கிடந்தபோது கைதூக்கி விட்டிருக்கிறார். அதன் நிமித்தமாக இஸ்லாமிய மதத்திற்கு மாறி முதலாளியோடே தங்கிவிட்டார். இது நடந்து ஒரு நாற்பது

ஆண்டுகள் இருக்கும். இப்போது அவர் வழிக் கிளை இஸ்லாமிய நம்பிக்கைகளுடனான வாழ்க்கையை நடத்திக் கொண்டிருக்கிறது. திருப்பரங்குன்றத்தில் நடக்கும் சந்தனக்கூடு விழாவிற்கு அழைத்துப் போயிருக்கிறார்கள். அவர்கள் நடத்திய கருகமணித் தாலி கோர்க்கும் சடங்கொன்றில் சோற்றிற்குள் முட்டையைப் பொதித்து வைத்துச் சாப்பிட்டது இன்னமும் நினைவில் இருக்கிறது. நாகூர் தர்ஹாவிற்கு அழைத்துப் போவார்கள். சாதாரணமாகவே காய்ச்சல் வந்தால் தர்ஹாவிற்கு அழைத்துப் போய் முகத்தில் தண்ணீர் தெளிக்க வைத்து விட்டுத்தான் மருத்துவமனைக்கே அழைத்துப் போவார்கள். முகத்தில் 'ச்ச்சூ' என பெருஞ்சத்தத்துடன் தண்ணீரை அள்ளித் தெறித்துவிட்டு மயிலிறகால் முகத்தை வருடிவிடும் இப்ராஹிம் தாத்தாவை கொஞ்சம் வளர்ந்த பிறகு கடைத் தெருவில் பார்ப்பேன். 'வடை சாப்பிடறீயா மாப்ள' என்பார் கையில் எடுத்து வைத்துக்கொண்டு.

முகத்திற்கு நீர் தெளிக்கிற நேரம் போக அவர் அந்த ஒட்டுமொத்த வீதிகளுக்கும் தண்ணீர் அளிப்பவராக இருந்தார். கை வண்டியில் தண்ணீரைச் சுமந்துகொண்டு வந்து வீடுகளுக்கு ஊற்றுகிற வேலையையும் செய்து கொண்டிருந்தார். தண்ணீருக்கு எப்போதும் பேதமில்லை. அது எந்த நிறத்தின் கைகள் தூக்கினாலும் அந்த நிறமாகவே மாறிவிடுகிறது. தர்ஹா மட்டுமா இருந்தது அப்போது? வேளாங் கண்ணிக்கு வருடம்தோறும் அழைத்துப் போய்விடுவார்கள். அந்தக் கோவிலில் கிடைக்கும் சுனைத் தண்ணீரைத் தீர்த்தம் என்று சொல்லி, தலையில் திருநீறு பூசிவிட்டு, ஒரு மூடி அந்தத் தண்ணீரையும் சேர்த்து வாயில் ஊற்றுவார்கள். வயிற்று வலி, கால் வலி என்றால், அப்படியே சங்கரன் கோவிலுக்கு பேருந்து பிடித்துப் போய், வெள்ளி வயிற்று உருவங்களை வாங்கி உண்டியலில் போட்டுவிட்டு, அப்படியே நேரடியாக புளியங்குடிக்கு வண்டியை விடுவார்கள். அங்கிருக்கிற அந்தோணியார் கோவிலில் ஒரு வட்ட மொட்டை போட்டு விடுவார்கள்.

மற்ற பையன்கள் எல்லாம் உச்சந்தலையில், கோட்டை வைத்து ஒரு வட்டம் போட்டதைப்போல முடிக் கற்றை இருப்பதைப் பார்த்துச் சிரிப்பார்கள். 'நல்ல வேளை எங்கப்பாரு அந்தோணியாரேன்னு வாய்ல கூப்டறதுக்கு முன்னாடியே நான் வேண்டாம்ப்பான்னு கால்ல போய் விழுந்திட்டேன்' என்று சிநேகமாய்ச் சொல்லிச் சிரிப்பார்கள். 'நீ என்ன மதம்?' என்று அப்போது எங்களுக்குக் கேள்வி கேட்கவே தெரியாது. அப்படிக் கேட்பது என்றால் என்னவென்றே தெரியாது. உண்மையைச் சொல்ல வேண்டுமெனில் இந்தத் தர்ஹாவில் எல்லாம் மொட்டை போடுவார்கள் என்கிற விவரம் தெரியவில்லை. தெரிந்திருந்தால் அங்கேயும் மிகச் சரியாக மொட்டை போட்டு

அழைத்து வந்திருப்பார்கள். ஒரு கூட்டு வாழ்க்கை அங்கே சாத்தியப் பட்டிருந்தது. அதிகாலை மார்கழிக் குளிரில் அக்காக்களுடன் கோவிலுக்குப் போய் சர்க்கரைப் பொங்கலையும் சுண்டலையும் ஒரே கையில் பிசைந்து அள்ளிக்கொண்டு வருவோம். வாய் முழுக்க எறும்பு மொய்த்துவிடும் என்கிற அளவிற்கு பொங்கல் ஒட்டிக் கொண்டிருக்கும்.

சத்தம் காட்டாமல் ஞாயிற்றுக் கிழமைகளில் சிக்கன் சாப்பிட வேண்டும் என்பதற்காகவே, சர்ச்சுகளுக்கு வேறு அக்காக்களுடன் போய், 'சிங்கக் குட்டிகள் பட்டினி கிடக்கும் ஏசு ராஜாவை பார்க்காமலே' எனப் பாடிவிட்டு வருவோம். எல்லா அக்காக்களும் ஒன்றாக ஒரே விளக்கொளியில் அமர்ந்துதான் தீப்பெட்டிக் கட்டை களை அடுக்குவார்கள். சொந்தச் சண்டைகள் இருந்திருக்கின்றன அவர்களுக்கு இடையே. 'சுவத்துக்குல சொருகி வச்சிருந்த சிங்கர் பொட்டு பாக்கெட்ட என்ன கேக்காம எடுத்துட்டா' என்கிற ரீதியில் தான் சண்டைகள் இருக்கும். அவர்களுடைய சண்டையில் மதம் உள்ளே வந்ததே இல்லை. இதுமாதிரியான வாழ்வில் இருந்து புறப்பட்டு வந்தவர்களுக்கு இப்போது எல்லாப் பக்கமும் எழுந்து வரும் புதிய அலை அச்சமூட்டுகிறது.

அன்புப் பிரசாதங்கள் எல்லாப் பக்கங்களிலும் மூர்க்கமாக மறுக்கப் படுகின்றன. எனக்குத் தெரிந்த பழ வியாபாரியான பாய் அண்ணன் ஒருத்தருக்கு அந்தச் சின்ன ஊரில் கடை வாடகைக்குக் கொடுக்க மறுக்க ஆரம்பித்திருக்கிறார்கள். அதே பாய் அண்ணனும் மிகச் சரியாக அவருடைய ஆட்களுடன் மட்டுமே தொழில் செய்கிறார். என்ன நடந்தது இவர்களுக்குள்? பனிக்கட்டி மாதிரி ஒட்டிக் கொண்டிருந்த வாழ்வில் ஏன் சம்மட்டியை இறக்குகிறார்கள்? அந்தப் பனிக்கட்டியை ஏன் கூரான பனிக் கத்தியாக மாற்றுகிறார்கள்? நகரங்களில் மட்டுமே இருந்த இந்தப் போக்கு இப்போது கிராமங்களிலும் மெல்லப் பரவ ஆரம்பித்துவிட்டதை திரும்பி வந்து இங்கே உட்கார்ந்துகொண்டு பார்க்கும்போது அறிய முடிகிறது. உண்மையைச் சொன்னால் என்னுடைய அப்பாவிடமும் கேட்கப் பயமாக இருக்கிறது. கால இடைவெளியில் அவரும்கூட ஒருவேளை கருத்தை மாற்றிக் கொண்டிருக்கலாம். பிரிவுகள் ஆழமாக ஊன்றப்படுகின்றன.

ஒதுங்கிப் போய் ஓரம்சாரமாக வியாபாரம் நடத்துவது என்பது வேறு. 'இன்னார் கடைக்கு இனி நம் சொந்தங்கள் போகாதீர்கள்' என்று சாக்பீஸில் எழுதி வெளியே தட்டி மாட்டுவது என்பது வேறு. 'நீங்களே பாருங்க. கரெக்டா நம்ம திருவிழா வரும்போது அவங்க

சர்ச்சில குழாய் ஸ்பீக்கர் போட்டு அலற விடறாங்க' என்றுகூட ஒருத்தர் மனம் கசிந்து சொன்னார். அவர்களை என்ன சம்பந்தமா செய்துகொள்ளச் சொல்கிறோம்? அதற்கெல்லாம் நீந்தி வர இன்னும் மாமாங்க காலங்கள் பிடிக்கலாம். ஒருத்தரை ஒருத்தர் குத்திக் கொள்ளாமல் தனித்து அவரவர்களுக்கான நம்பிக்கையோடு வாழத்தானே சொல்லவேண்டும். அதைவிடுத்து பிரியாணி அண்டாவிற்குள் கலகத்தை விதைக்கச் சொல்லவில்லையே... திருப்பதி லட்டிற்குள் அவநம்பிக்கையைப் புதைத்துத் தரச் சொல்லவில்லையே... அதிகாலைக் குளிரில் முகத்தில் சர்க்கரைப் பொங்கலை அப்பிக் கொண்டு, மதியம் தேவாலயத்தின் புகழ்பாடும் வீட்டில் சிக்கன் குழம்பை ருசித்த வாழ்க்கை எங்கே போனது? மத்தியானம் எங்கோ வொரு திருமண வீட்டில் போட்ட பிரியாணியை ஞாபகமாக தூக்குப் போணியில் எடுத்துக்கொண்டு வந்து இரவு வீட்டைத் தட்டிக் கொடுக்கும் ஃபாத்திமா அத்தை இன்னமும் கண்ணுக்குள்ளே நிற்கிறார். அந்த ஆறிப் போன பிரியாணியைத் தூக்கக் கலக்கத்தில் தின்றுவிட்டு குளிருக்கு இதமாய்ச் சாக்கிற்குள் காலை நுழைத்துக் கொண்டு தூங்கிய ஒரு தலைமுறையின் பிரதிநிதியாய்ச் சொல்கிறேன். அப்போது வாழ்க்கை மகிழ்ச்சியாக, சிக்கலில்லாத ருசியோடு இருந்தது. இப்போது லட்டும்கூட சில நேரங்களில் கசக்கிறது.

12

நெருப்பில் வாட்டிய சுடுசொல்!

அறந்தாங்கியைச் சேர்ந்த இருபது வயதுடைய கற்றலில் கொஞ்சம் குறைபாடு கொண்ட இளைஞர் அவர். அது தெரியாமல் அவரைப் பல இடங்களிலும் படிக்கப் போட்டுப் படுத்தி எடுத்துவிட்டார்கள். கோர்வையாய்ப் பேசுவதே பெரும்பாடு என்கிற நிலைக்கு உயர்த்தி போட்டியிட அனுப்பி விட்டனர். யாருமே இந்தக் குறைபாடு அவருக்கு இருப்பதைக் கண்டறியவில்லை. போதையில் விழுந்து விட்டார் அந்தப் பையன். ஒருநாள் வீட்டில் வேலை செய்து கொண்டிருந்தபோது, தெரியாத்தனமாக மீன் தொட்டி ஒன்றைப் போட்டு உடைத்துவிட்டார். உடனடியான எதிர்வினையாக அவருடைய அப்பா அவரை நோக்கிச் சுடுசொல் ஒன்றை வீசிவிட்டார். சிதறிவிட்டார் அந்தப் பையன்.

உடன் இன்னொரு பையனை அழைத்துக்கொண்டு கோவிலுக்குப் போய்விட்டார். எங்கே தேடியும் கிடைக்கவில்லை. ஊரே வண்டி போட்டுத் தேடி அவரை மீட்டுக்கொண்டு வந்தார்கள். வந்ததில் இருந்து ஒரு வார்த்தை பேசவில்லை அவர். உடன் போன பையனை அழைத்து என்ன விஷயம் என்று கேட்டிருக்கிறார்கள். அந்தப் பையனுடைய அப்பா, 'மீன் சாகிறதெல்லாம் ஒரு விஷயமா... இதுக்குப் போயி கவலைல கோவிச்சுக்கிட்டு போயிட்டானே' என்று சொல்லியிருக்கிறார். உடனடியாக உடன் போன பையன் மறுத்து விட்டு, 'அங்க்கிள், அதெல்லாம் காரணம் இல்லை. நீங்க பைத்தியக்கார பயலேன்னு சொல்லிட்டீங்களாம். அதத்தான் அவனால பொறுக்க முடியலை' என்றிருக்கிறார். அந்தப் பையனை

நானும் பார்த்தேன். 'எங்கப்பா இது மாதிரி இதுக்கு முன்னாடி சொன்னதே இல்லை அங்க்கிள்' என்று சொன்ன அந்தப் பையனை பைத்தியக்காரன் என்கிற வார்த்தை துரத்திக்கொண்டே இருந்தது பல நாட்கள்.

சுடுசொல் பொறுக்க முடியாத தலைமுறை ஒன்று உருவாகி விட்டதைக் கவனித்தீர்களா? தற்கொலைக்கு முயன்ற பள்ளிக்கூடப் பெண் ஒருத்தியிடம் காரணம் கேட்டபோது, 'செத்துப் போயிடு சனியனே' என்று அவருடைய அம்மா சொன்னதாகச் சொன்னார். அவருடைய அம்மாவை அழைத்துக் கேட்டால், 'சும்மா ஏதோ கோவத்தில சாதாரணமா சொன்னதுங்க' என அழுதுகொண்டே சொன்னார். அந்தப் பெண் அவருடைய அம்மாவை சில நாட்கள் மன்னிக்கவே இல்லை. அந்த அம்மாவைப் பொறுத்தவரை அது சாதாரண சொல்தான். அழுத்தமாய் இறங்குகிற இடத்தில் அழுத்தமான சொல்தானே அது?

கோவையில் வழக்கறிஞர் தொழிலில் இருக்கும் என்னுடைய நண்பர் சரவணன் ஒரு கதை சொன்னார். அவர் பனையையே வெயில் அடித்துச் சாய்க்கும் திருச்செந்தூர்க்காரர். கோவையில் தொழில் செய்கிறார். ஒருமுறை அவருடன் வந்த உதவியாளர் வண்டியில் மோதிய ஒருத்தரைப் பார்த்து இதே மாதிரி சாதாரணமாக இவர்கள் கருதும் சுடுசொல் ஒன்றை அவரை நோக்கி எறிந்துவிட்டார். மறுநாள் அந்த நபர் அலுவலகத்திற்கே படியேறி வந்து, 'என்னை பாத்து எப்படி சார் அந்த வார்த்தைய உங்களுக்கு சொல்லத் தோணுச்சு' என அழுதே விட்டாராம். இவர்களுக்கு வியப்பு தாங்கவில்லை. என்னிடம் அவர், ''தலைவா வேறொண்ணும் சொல்லலை. சட்டுன்னு சங்க அறுத்துருவேன்னு அஸிஸ்டெண்ட் சொல்லிட்டான். மூஞ்சி அப்படியே அந்தாளுக்கு சுருங்கிருச்சு. நம்ம பக்கமெல்லாம் டெய்லி நாலு தடவை இந்த வார்த்தையைக் கடந்து வரணும். எப்படி இருக்காங்க பாருங்க. இந்த ஊரை விட்டு போக மனசு வருமா'' என்றார் மனம் திறந்து.

ஒரு தலைமுறையே இப்படி சுடுசொல்லைத் தாங்கியே மேலேறி வந்திருக்கிறது. பள்ளிகளில் ஆசிரியர்கள்கூட மிகச் சாதாரணமாகப் பேசுவார்கள் எங்கள் காலங்களில். என்னையெல்லாம் ஒரு ஆசிரியர், 'செத்துத் தொலைக்க மாட்டீயா, செத்துத் தொலைக்க மாட்டீயா' எனச் சொல்லிக்கொண்டே முடியைக் கொத்தாகப் பிடித்து சுவரில் முட்ட வைப்பார். இன்றைக்கும் நான் தாழ்பணிந்து வணங்கும் என்னுடைய ஆசான் அவர். செய்கிற சேட்டை அப்படி. இப்போது அதை அவர் செய்திருந்தால் கத்திக் குத்தைத்தான் வாங்கியிருப்பார்.

கத்தி இருந்தது அப்போதும். குத்தத் தெரியாது எங்களுக்கு. இப்போது இருப்பவர்களுக்குக் குத்தவும் தெரிந்துவிட்டது.

ஒரு சமூகம் வளர வளர, தன் மொழியில் இருக்கிற சுடுசொற்களைத் தூக்கி எறிந்தபடியே வரவேண்டும் என்று தோன்றுகிறது. இப்போதெல்லாம் பெரிய கட்சியின் தலைவர்களே தயங்காமல் சுடுசொற்களை வீசியெறிய ஆரம்பித்து விட்டார்கள். குடும்பம், சமூகம் என எங்கும் சுடுசொற்கள் நிறைந்து கிடக்கின்றன. கனியிருப்ப காய் கவர்ந்தற்று என்றெல்லாம் எவ்வளவோ சொல்லிக் கொடுத்தும் எதிலிருந்தும் பாடம் கற்கவில்லை. மிகச் சாதாரணமாக எப்படி எதையும் கடந்து போக முடியும்?

எனக்குத் தெரிந்த அம்மா ஒருத்தர் இருந்தார். அவருக்கு நான்கு பெண் குழந்தைகள் பிறந்தன. அதற்கடுத்து மூன்று ஆண்குழந்தைகள் பிறந்து இறந்துவிட்டன. கடைசியாய் எட்டாவதாகப் பிறந்த அந்தப் பையனைப் பொத்திப் பொத்தி வளர்த்தார். பையனுக்கே பெண் பிறந்துவிட்டது. ஏதோவொரு சண்டையில், பையன் அம்மாவின் நடத்தையைக் குறிவைக்கும் அந்த சுடுசொல்லை முகத்திற்கு நேராக உதிர்த்துவிட்டார். கிட்டதட்ட பத்து வருடங்கள் அந்தம்மா அந்தச் சம்பவத்திற்குப் பிறகு அவரிடம் பேசவே இல்லை. பையனும் நோய்வாய்ப்பட்டு திடீரென இறந்துவிட்டார். அந்தச் சாவு வீட்டில் அந்தம்மா பையனின் முகத்தைத் திரும்பிக்கூடப் பார்க்கவில்லை. சுடுசொல் பொறுக்க முடியாத வைராக்கியம் அது. பதினெட்டு வருடங்கள் பேசவில்லை, முப்பது வருடங்கள் பேசவில்லை என்றெல்லாம் சொல்வார்கள்.

ஆற அமர்ந்து அவர்களுடைய கதைகளைக் கேட்டுப் பாருங்கள். அந்தக் கதைகளின் அடியாழத்தில் ஏதாவதொரு சுடுசொல் கிழட்டுப் பூனைகளைப்போல காற்றில் நகங்களைக் கீறி அமர்ந்து கொண்டிருக்கும். 'ஊர் மேய போறீயா' என மிகச் சாதாரணமானதாக நினைத்துக்கொண்டு கேட்ட அண்ணன் ஒருத்தரின் முகத்தில் இருபது வருடங்கள் தங்கச்சி ஒருத்தர் விழிக்காமல் இருந்தார். தங்கையின் மகளது சடங்கிற்கு அண்ணனுக்குப் போகவேண்டும் என்று ஆசை. ஊராரிடம் தூது விட்டுப் பார்த்தார். எல்லோரும் போய் அந்தப் பெண்ணிடம் கெஞ்சினார்கள். 'என் பிள்ளை கால்ல விழுந்து நான் கேட்ட வார்த்தை தப்புதான்னு எங்கண்ணன சொல்லச் சொல்லுங்க' என்று சொல்லிவிட்டார் அந்தப் பெண். இவரும் மருமகள் மேல் இருக்கிற பாசத்தினால் வீம்பு பிடிக்காமல் போய்க் காலில் விழுந்து விட்டார்.

காலில் விழுந்த அடுத்த நிமிடம் அண்ணனின் காலைக் கட்டிப் பிடித்துக்கொண்டு அழுதார் அந்தப் பெண். "எண்ணே நீ கேட்டது இன்னைக்கு வரைக்கு நெஞ்ச அறுத்துக்கிட்டு இருந்துச்சுண்ணே. நீ கேக்கலாமா அந்த மாதிரி. உன் தோள்ள போட்டு வளர்த்த பிள்ளை தப்பு செய்யுமான்னு ஒரு நிமிஷம் யோசிச்சியா... நீ முதல்லயே மன்னிப்பு கேட்டிருந்தா இத்தனை வருஷம் அண்ணன இழந்துட்டு இருந்திருப்பேனா... எனக்கு கிடைக்கல. எம்பொண்ணுக்கு கிடைச் சிட்ட" என உடைந்து அழுதார். இதைக் கேட்கும்போது மிகச் சாதாரணமாக நம்மால் கடந்து போய்விட முடியுமென்றால், சுடுசொற்களுக்குத் தோல் பழகிவிட்டது என்று அர்த்தம். நம்மைச் சொல்லித் தப்பில்லை. தலையைச் சுவரில் செல்லமாக முட்டி சொற்களை உதிர்த்த ஆசான்களைக் கடந்து வந்த தலைமுறை அல்லவா?

இப்போதுள்ள பையன்களைக் கூர்ந்து கவனிக்கிறேன். எங்கள் தலைமுறை மாதிரி சாதாரணமாக எதையும் கடந்து போக முடியவில்லை அவர்களால். நண்பன் ஒருத்தன் வந்து அமரும்போதே சிரித்துக் கொண்டே அம்மாவை நோக்கிச் சொல்லப்படும் வசைச் சொல்லைத் துப்பிவிட்டுதான் பேச்சை ஆரம்பிப்பான். இப்போது அப்படி யோசிக்கக்கூட முடியாது. நண்பர்கள் வட்டத்தில்கூட அவர்கள் கண்ணியமாகப் பேச ஆரம்பித்து விட்டார்கள். ஒன்றிரண்டு தப்பிப் போகும் கணக்கு என்பதைப்போல சிலர் இருக்கவும் செய்யலாம். ஆனால் பெரும்பான்மை கண்ணியமான வார்த்தைகளைப் பயன்படுத்தும் இடத்திற்கு நகர்ந்து விட்டார்கள் என்று உறுதியாகச் சொல்ல முடியும். இதுவொரு அருமையான மனநிலை மாற்றம். எல்லாப் பக்கங்களுக்கும் இது பரவ வேண்டும்.

விவாகரத்து வழக்குகளில் பெரும்பாலும் சுடுசொற்கள்தான் முக்கிய இடம் பிடிக்கின்றன. தெரிந்த பெண் ஒருத்தரை விரட்டி விரட்டிக் காதலித்த நண்பன் ஒருத்தன் ஒரு வார்த்தையால் தனக்குக் கிடைக்கப் போகும் வாழ்வாங்கு வாழ்க்கையை இழந்தான். அந்தப் பெண் அதற்குப் பிறகு அவனைத் திரும்பிக்கூடப் பார்க்கவில்லை. இத்தனைக்கும் அவன் பொருளாதார ரீதியில் மிக உயரமான இடத்தில் இருப்பவன். அந்தப் பெண் பள்ளத்தில் இருந்தாலும் பக்குவமற்ற அந்த வார்த்தையால் மூர்க்கமாக அவனை நிராகரித்துவிட்டார். நண்பனுக்கு வேறு திருமணமும் நடந்தது. அவன் எப்போதெல்லாம் நெகிழ்ச்சியாக இருப்பானோ அப்போதெல்லாம், 'ஒரு நிமிஷம் யோசிக்காம சொல்லிட்டேன். இன்னைக்கு வரைக்கும் ஏன் அப்படி செஞ்சேன்னு புரியவே இல்லை. ஒருவார்த்தையால வாழ்க்கைய

இழந்துட்டேனே' எனப் புலம்பியபடியே இருப்பான். அண்ணனின் வார்த்தைகளை நெஞ்சில் ஏந்திய அந்தப் பெண்ணும் இழந்த வாழ்க்கை குறித்து இப்படித்தானே ஏங்கினார்?

இழந்த வாழ்க்கைகள் குறித்து இருதரப்பும் எப்போதுமே இப்படி ஏங்கும். நினைவில் வந்து விழும் அந்தச் சுடுசொல் எப்போதும் இரைஞ்சியபடி எஞ்சியிருக்கிற வாழ்க்கையைச் சுற்றி வந்து கொண்டே இருக்கும். சொற்களுக்கு எப்போதுமே மறைவில்லை. ஆதியில் நமக்கு முன்னே பிறந்தது சொல். சொற்களை மடியில் போட்டுத் தாலாட்டுங்கள். நிம்மதியான தூக்கத்தை அது நமக்கு அருளும். சொற்களின் பிள்ளைகளான நாம் பொறுப்பற்ற பிள்ளைகளாய் சொத்தை விசிறியடிக்கக்கூடாது.

13

பணமும் குணமும்!

நீரும் நெருப்பும் மாதிரி இரட்டையர்கள் பற்றிய கதைதான் இது. வெவ்வேறு வயிற்றில் பிறந்த இரட்டையர்களைப் பற்றிய சித்திரம் மட்டுமல்ல இது. ஒட்டுமொத்தமான பெரிய சோற்றுப் பானையில் இருந்து இரண்டு அரிசிகளை மட்டும் தனியாக எடுத்துக் கொள்கிறேன். இரண்டும் வெவ்வேறு தட்டு அரிசிகள். இருவருக்கும் ஒரே வயது தான். முதல் பையனை ஏலக்காய் என்று அழைக்கலாம். இரண்டாவது பையனை தீக்குச்சி என்று அழைக்கலாம். இரண்டுமே காரணப் பெயர்கள்தான்.

ஏலக்காயின் பூர்விகம் மேற்குத் தொடர்ச்சி மலையடிவாரத்திலுள்ள சிறுநகரம். தாத்தா ஒரு லோடுமேன். மலையிலிருந்து நள்ளிரவில் ஏலக்காயை இறக்கிக்கொண்டு லாரிகள் வந்து நிற்கும். லாரிகளின் வருகைக்காக சாக்கு பர்தாக்கள் போர்த்தப்பட்ட, பூட்டப்பட்ட கடைகளின் வாயிலில் எல்லோரும் படுத்துக் கிடப்பார்கள். லாரி வெளிச்சம் முகத்தில் பட்டதும் எல்லாக் கண்களும் ஒரு சேர விழித்துக் கொள்ளும். லோ ஆங்கிளில் அந்தக் காட்சியைக் கற்பனையில் கொண்டுவந்து பாருங்கள். இளம் மஞ்சள் வெளிச்சம் வந்து விழும்போது எல்லாக் கண்களும் ஒரே நேரத்தில் இரையைக் கொத்தப் போட்டியிட்டு விழிக்கின்றன. அடித்துப் பிடித்து எழுந்து ஓடுவார்களாம். டவுசரை இடுப்பிற்கு மேலே தூக்கிக்கொண்டு தாத்தாவிற்குத் துணையாய் ஏலக்காயும் ஓடுவானாம்.

தாத்தாவைத் தொடர்ந்து இவனும் லோடு தூக்கினான். தினமும் மஞ்சள் ஒளியை முகத்தில் வாங்கினான். அங்கே துவங்கிய

ஒட்டத்தை இன்னமும் அவன் நிறுத்தவில்லை. நன்றாகவே படித்தான். ஆட்டைத் தூக்கி குட்டியில் போட்டான். குட்டியைத் தூக்கி ஆட்டில் போட்டான். லோடுமேன் பேரன் சின்னதாய் ஒரு தொழிலதிபர் ஆனான். அதிலேயே திருப்திப்பட்டுக் கொள்ளவில்லை அவனது ஒரு மனம். இன்னொரு மனமோ போதும் ஓட்டம் என்று சொல்கிறது.

என்னிடம் வந்தமர்ந்ததில் இருந்து ஏலக்காய் பதற்றத்தோடு இருந்தான். பிள்ளைப் பூச்சிகள் சிமெண்ட் தரையில் ஓடுவதைப்போல பரபரவென்றிருந்தான். ''என்னை மாதிரிப் பையன்கள் எல்லாம் வாழ்க்கையை வேற மாதிரி வாழ்றாங்க. என்ஜாய் பண்ணுறாங்க. இந்த வாழ்க்கைல எல்லா நிறத்தையும் வாழ்ந்து பாக்கறாங்க. நான் மட்டும் ஏன் சீரியஸாவே இருக்கேன். எந்நேரமும் மேலே போகணும்ங்கற கவலை தொடர்ந்துகிட்டே இருக்கு. மத்தவங்கள் ளெல்லாம் வாழ்க்கையை ஒரு தேடல் மாதிரி, தவம் மாதிரி நினைச்சு வாழ்றாங்க. பணம் பணம்னு நான் ஓடுறத நெனைச்சா வெறுப்பா இருக்கு'' என்றான். ஏலக்காய் கேட்ட கேள்விக்கு என்னிடம் பதில் இல்லை. ஆனால் தீக்குச்சிக்கு நண்பன் ஒருத்தன் கொடுத்த பதில் இவனுக்கும் பொருந்திப் போகும்.

தீக்குச்சியின் சொந்த ஊர் சென்னைக்குப் பக்கத்தில். எந்நேரமும் வாயில் சிகரெட்டை வைத்து தீக்குச்சியை உரசியபடி இருப்பான். சிகரெட் புகைக்காத நேரங்களிலும் தீக்குச்சியை உரசி காலுக்குக் கீழே போட்டுக்கொண்டே இருக்கிற விசித்திரமான பழக்கத்திற்கு ஆட்பட்டிருந்தான். தீப்பட்டிக் கட்டை பண்டல் பண்டலாக வாங்கிக் கொண்டு வந்து வைப்பான். அவனது காலுக்குக் கீழே தீக்குச்சிகள் சிதறிக் கிடக்கும். தீக்குச்சிகளைக் கொண்டு செய்யப்பட்ட அம்புப் படுக்கையில் படுத்துக் கிடக்கும் பீஷ்மரின் பேரனைப்போல அவனைப் பார்க்கும்போது எனக்குத் தோன்றும். நகரத்திற்குப் பக்கத்தில் அவனுக்கு ஒரு கல்யாண மண்டபமும் இருக்கிறது என்றால் வசதியைக் கணக்குப் போட்டுக் கொள்ளுங்கள். எந்நேரமும் போதையில் மிதக்கிறான். வீட்டில் யார் மீதும் அவனுக்கு மரியாதை இல்லை. ''சின்னப் பையனா இருக்கும்போதே என்னோட ரெண்டு சித்தப்பாக்களும் ட்ரிங்ஸ் ஊத்தி எனக்கு கொடுப்பாங்க. சின்னப் பசங்கள குடிக்க வைக்கிறது தப்பில்லையா...'' என்றான். ஆனால் தங்கமான பையன். ஏதோவொரு கோபம் அவர்கள் மீது. என்னை முதல்தடவை பார்த்தபோது, ''எனக்கு வாழ்றதிலயே இண்ட்ரஸ்ட் இல்லை. வேலைக்கு போகிறதைப் பத்தி மட்டும் பேசாதீங்க ப்ளீஸ். நான் உங்கட்ட ஏதாச்சும் கேக்கறனா'' என்றான். களிப்பின்

எல்லையில் ஒருவிதமான வெறுப்பு சூழ்ந்து நின்று கொண்டிருந்தான்.

பணம் குறித்து அவனிடம் நிறையத் தடவை பேசியிருக்கிறேன். 'பணம்லாம் ஒண்ணுமில்லை. எனக்கு அதிலல்லாம் இண்ட்ரஸ்ட் இல்லை. எனக்கு மேரேஜ்லகூட இண்ட்ரெஸ்ட் இல்லை' என பட்டும் படாமலும் சொல்வான். ஆனால் ஆயிரம் ரூபாய் கொடுத்தாலும் அரை மணி நேரத்தில் செலவு செய்துவிட்டு வந்து நிற்பான். பணக் கஷ்டங்கள் குறித்து எதாவது பேசத் துவங்கினால், கொட்டாவி விடுவான் முகத்திற்கு நேராகவே. அவனை எதைக் கொண்டு மீட்டெடுப்பது என்பது தெரியாமல் தவித்துக் கொண்டிருந்தேன். ஒரு கட்டத்தில் நானும் அவனும் இருக்கிற இடத்தில் அவனுக்கு மட்டும் மூச்சு முட்டியது. எதுவுமே கையில் இல்லாமல் கிணற்றில் தலைகுப்புற விழுந்து கொண்டிருப்பவனின் வலியில் இருந்தான். விட்டால் உண்மையிலேயே கிணற்றில் குதித்துவிடுவான். ''எது மேலயுமே எனக்கு இண்ட்ரஸ்ட் வர மாட்டேங்குதே'' எனக் கத்தினான்.

அவனை அழைத்துக்கொண்டு மலைப் பங்களா ஒன்றிற்கு நண்பன் ஒருத்தனைப் பார்க்கச் சென்றிருந்தேன். நண்பனும் சாதாரண ஆள் இல்லை. இந்தப் பையன் இப்போது செய்வதை அவன் டவுசர் போட்ட காலத்திலேயே செய்து முடித்த ஆள். இப்போது குடும்பம் பொறுப்பு என்று வந்ததும் சொக்கத் தங்கமாக மாறிவிட்டான். தீக்குச்சியை எடுத்த எடுப்பிலேயே நண்பன் நம்ம ஆள் என்று அடையாளம் கண்டு கொண்டான். என்னைத் தனியே போகச் சொல்லிவிட்டு, அவனைத் தத்தெடுத்துக் கொண்டான். இரண்டு நாட்கள் இருவரும் புருஷன் பொண்டாட்டி மாதிரி ஒன்றாகவே சுற்றிக் கொண்டிருந்தார்கள்.

தூரத்தில் ஒளிர்ந்த மலைச் சிகரத்தை நோக்கி ஒரு வண்டிப் பயணம் மேற்கொண்டார்கள். நடு இரவில் அறைக்குள் இரண்டு பேரும் பேசிக்கொண்டே நடந்து கொண்டிருக்கிற காலடிச் சத்தம் அரைத் தூக்கத்தில் கேட்கும். ஒருத்தரை ஒருத்தர் மாற்றி மாற்றி கட்டிப் பிடித்துத் தூக்கிக் கொள்வார்கள். ஏதோ இரண்டு வளர்ப்பு நாய்கள் தங்களுக்குள் கொஞ்சுவதைப்போல இருந்தன அவர்களுடைய செய்கைகள்.

ஏதோ உள்ளுக்குள் ஆழமாக இரசாயன மாற்றம் நடந்து கொண்டிருக்கிறது என்பதை அடர்த்தியாய் உணர்ந்தேன். நானும்கூட உடனடியாக அந்த மனநிலைக்கு நகரத் துவங்கினேன். எந்தச் சூழ்நிலையிலும் என்ன பேசினார்கள் என்பதை மட்டும் கேட்கவே கூடாது என்று தீர்மானித்தேன். திரும்பி வரும்போது பையன்

கொஞ்சம் போதையில்தான் இருந்தான். ஒரே வார்த்தையைத் திரும்பத் திரும்பச் சொன்னான். ஏதோவொன்றைக் கண்டடைந்து விட்டவனின் உற்சாகம் அந்த வார்த்தைகளில் இருந்தன. ''உங்களை விட உங்க ஃப்ரெண்ட் செம கெத்து'' என்று சொல்லிவிட்டு அவன் கண்டடைந்த வார்த்தைகளைச் சொன்னான்.

''மாடு மாதிரி உழைக்கணும். மகாராஜா மாதிரி வாழணும். அப்பதான் எந்த போதையும் டேஸ்ட்டா இருக்கும்.'' தீக்குச்சி அவனுக்கான வார்த்தைகளை ஒரு தேயிலை மரத்தடியில் இருந்து பெற்றுக் கொண்டான். இதே வார்த்தைகளைத்தான் ஏலக்காயை நோக்கியும் தட்டில் வைத்துக் கொடுக்க வேண்டியிருக்கிறது. பணம் சம்பாதிப்பது சம்பந்தமான ஆழமான எதிர்மனநிலை அல்லது பணத்தை மதிக்காத மனநிலை என இரு துருவத்தில் பயணப்பட்டுக் கொண்டிருக் கிறார்கள் இப்போது. குற்றவுணர்வில் இருந்த ஏலக்காயை நோக்கி இதைத்தான் சொன்னேன். பணம் எப்போதும் தன்னை மதிப்பவனிடமே வந்து சேர்கிறது. மதிக்காதவனிடம் இருக்கிற பணம் சீக்கிரமே கரைந்து போகும். தவிர, பணம் சம்பாதிப்பது தொடர்பான எதிர்மனநிலை இன்னொரு காலகட்டத்தின் மனநிலை. கொஞ்சம் அதிகப்படியாகச் சொல்வதென்றால், அந்த மனநிலையை உண்மையிலேயே பொருட்படுத்தத் தேவையில்லை.

பொருளில்லார்க்கு உலகமில்லை என்று சும்மாவா சொல்லி வைத்தார்கள். பொருள் நம் அடிப்படையைத் தீர்மானிக்கிறது. அது கூடுதலாகவே சுகவாழ்வை நமக்கு அருள்கிறது. சுகவாழ்வு வாழத்தானே இந்த பூமிக்கு வந்தோம்? சீப்பட்டு அலைவதற்காகவா எங்களது வீட்டுக் கருப்பை எங்களைப் பெற்றுப் போட்டது? ''ஏலக்காய் தூக்கி சுமந்த இல்லையா... சுகமா வாழலாம் தப்பில்லை. கொண்டாட்டத்திற்கும் வேலைக்கும் சம்பந்தமில்லை. சார்ஜ் போட்டுட்டு போய் மறுபடியும் களத்தில் குதி. போதும் நிறுத்திக்கலாம்னு உன் அடியாழம் சொல்ற வரைக்கும் ஓடு'' என்றேன். தீக்குச்சியும் அதைத்தான் வேறு ஒரு வகையில் செய்தான்.

நன்றாகக் கூர்ந்து பார்த்தால், எங்களுக்கு அடுத்துப் பிறந்த தலைமுறை மிகையான பதற்றத்தில் இருப்பது தெரிகிறது. முன் முடிவோடு எல்லா கருத்துகளையும் உருவாக்கிக் கொள்கிறார்கள். அப்புறம் அந்தக் கருத்தைக் கட்டிப் பிடித்துப் படுத்துக்கொண்டு அதனோடு சண்டையிட்டுக் கொள்கிறார்கள். இவர்களுக்கு இப்படி இலவசமாக கருத்துகளை உற்பத்தி பண்ணித் தருவதற்கென்றே ஊருக்குள் நிறைய பெரிய தலைக்கட்டுக்கள் சுற்றுகின்றன. அவர்களின் பதற்றம் அவர்களுடைய வேலைகளிலும் தொற்றிக்

கொள்கிறது. மேலே மேலே போக வாய்ப்பிருந்தும் இது மாதிரியான எதிர் மனநிலைகளில் சிக்கிக்கொண்டு அதையெல்லாம் தவற விட்டுவிடுகின்றனர்.

எங்கள் கல்லூரியான சென்னைக் கிறித்துவக் கல்லூரி ஹாஸ்டலில் கண்டிப்பாக எல்லோரும் ஆங்கிலத்தில் பேசவேண்டும் என்று சொல்வார்கள். ஆனால் நாங்கள் அப்போதே எதிர் கலக நடவடிக்கை யாக அதை எதிர்த்து பொங்கல் விழா கொண்டாடி ஆங்கிலம் பேசமாட்டோம் என அடம் பிடித்தோம். இப்போது நன்றாக யோசித்துப் பார்க்கிறேன். கற்றுக் கொள்வதில் இருக்கிற பயம்தான் என்னைத் தனிப்பட்ட முறையில் அதை எதிர்க்கச் சொல்லியது. மற்றவர்களுக்கு எப்படி என்று எனக்குத் தெரியவில்லை. ஆங்கிலம் தெரியாததால் பல இடங்களில் என்னுடைய பொங்கல் பானை பொங்கவில்லை. இது போன்ற எதிர் மனநிலைகளைக் கக்கத்தில் தூக்கிக்கொண்டு சுற்றவேண்டிய அவசியமில்லை என்பது இப்போது புத்திக்கு உறைக்கிறது.

எங்களைவிட கூடுதலாக ஏலக்காய்களும் தீக்குச்சிகளும் தேவையற்ற கருத்துகள் பலதையும் இதுபோல் சுமந்தலைகிறார்கள். ஆழ்ந்த குற்றவுணர்வோடு அதைப் பற்றிக்கொண்டு அலைகிறார்கள். எல்லாவிதமான சுமைகளையும் உதறுவதற்காக எல்லோருக்கும் சொல்வது இதுதான். ''மாடு மாதிரி உழைங்க. மகாராஜா மாதிரி வாழுங்க.''

14

பிணைப்பில்லாத கைகள்!

பாலக்காடு எல்லையில் உள்ள காட்டிற்குள் நுழைந்ததும் ஒத்தையடிப் பாதை ஒன்றிற்குள் அழைத்துச் சென்றார் நண்பர் ஒருத்தர். அவர் தோற்றுப் போன, பொள்ளாச்சியைச் சேர்ந்த தொழிலதிபர். பழைய பாணியிலான ஓட்டு வீடு அது. வாசலில் குண்டு பல்பு வெளிச்சம் வறுமையைக் கொப்பளித்துத் துப்பிக் கொண்டிருந்தது. அந்தக் குடும்பத்தைச் சேர்ந்த நான்கு வயிறுகள் இவருக்காக மஞ்சள் ஒளி வெள்ளம் கொஞ்சமாய்ப் பாயும் அந்த இடத்தில் இருளிற்குள் அமர்ந்திருந்தன. நண்பர் வாங்கிப் போன சிக்கன் குழம்பையும் புரோட்டாக்களையும் அங்கிருந்த நபரின் கையில் கொடுத்தபோது, ''எதுக்கு எனக்காக நீங்க கஷ்டப்படறீங்க?'' என்றார் அங்கிருந்தவர்.

பொள்ளாச்சியில் இவர் தொழிலில் உச்சத்தில் இருந்தபோது இவரிடம் வேலை பார்த்தவர் அவர். ''நான் நொட்டிச்சுப் போன பிறகு பலதடவை வந்து பாத்திருக்கான், தொழில் நல்லா நடந்தப்ப அவந்தான் எல்லாத்தையும் பாத்துக்கிட்டான். நோட்டு அவன் கையிலதான் புரளும். ஒரு பைசா ஏமாத்தினது இல்லை. நானும் அவனை ஏமாத்தினது இல்லை. அப்ப நல்லா இருக்கும்போது இப்படி அடிக்கடி வாங்கிட்டுப் போய் கொடுப்பேன். என்னை வந்து பாக்கறப்பலாம், 'எப்டீயாச்சும் எழுந்து வந்திருங்க. எனக்கு சிக்கனும் புரோட்டாவும் வாங்கித் தர்றதுக்காவது எழுந்து வந்திருங்க'ன்னு சொல்லிக்கிட்டே இருப்பான்'' என்றார். ஒரு தொழிலாளிக்கும் அவரின் சிறு முதலாளிக்கும் இடையிலான பிணைப்பு சிக்கன்

மசாலாபோல அடர்த்தியாக மணம் வீசியது. வெறும் புரோட்டாக்கள் இல்லை இவை. ஒருத்தனை மேலே எழுப்பிக் கொண்டுவரும் புரோட்டின்கள் அவை. அந்த ஒரு வார்த்தை அவரை மேலே இழுத்துக்கொண்டு வந்துவிடும் என உறுதியாக நம்பினேன்.

பிணைந்த கைகள் போன்ற ஒரு சித்திரம் எனக்குள் மேலெழுந்து வந்தது ஒரு லோகோவைப்போல. சக மனிதனுடனான அடிப்படை நம்பிக்கை சார்ந்த பிணைப்பு அது. ஒருத்தரை ஒருத்தர் எந்தக் கட்டத்திலும் ஏமாற்றிக் கொள்ளவில்லை என்பது கொடுக்கிற கம்பீரம் அது. அந்தக் கம்பீரம்தான் இப்போது மெல்ல காணாமல் போய்க் கொண்டிருக்கிறது. குட்டியூண்டு சலூன் ஒன்றை நடத்துகிற நண்பர் ஒருத்தர் கண்காணிப்பு கேமராக்களைப் போட்டார் முதலில். அதற்கடுத்ததாய் ஒருபடி மேலே போய் வட இந்தியத் தொழிலாளர்களைப் போட்டுவிட்டு, ‘‘நீங்க வேணா செக் பண்ணிப் பாருங்க, இவங்க ஏமாத்தவே மாட்டாங்க. புது ஊர்ல திருட்டுத்தனம் பண்ற தைரியம் பொதுவாகவே யாருக்கும் வராது’’ என்றார். விளையாட்டாய் நானும்கூட ஒருதடவை தனியாகக் கொஞ்சம் காசு கொடுத்து ‘எக்ஸ்ட்ராவாக மசாஜ் பண்ணி விடுகிறாயா?’ என்று கேட்டபோது மூர்க்கமாக தலையாட்டி மறுத்துவிட்டான். கீச்சுக் குரலில் அவன் மொழியில் கம்பீரத்தைப் போதித்தான். இப்படி ஒரு கோணமும் இருக்கிறது இதில். இவர்களைத்தான் எங்க ஏரியா உள்ளே வராதே என ஒருகூட்டம் துரத்திக்கொண்டும் இருக்கிறது.

எங்கள் கடையில்கூட கண்காணிப்பு கேமராக்களைப் பொறுத்த வேண்டும் என ஒருதடவை பேச்சு வந்தபோது, எங்களுடைய கடை கட்டிங் மாஸ்டரின் கண்களைத் தற்செயலாகப் பார்த்தபோது, இறந்து போன மீன்களின் கண்களில் இருப்பதைப்போல ஒரு சோர்வு ஒளிக் குறைவாய் வந்து போனதைக் கவனித்தேன். அந்த முடிவை ஒத்திப் போட்டுவிட்டேன். என்னை நம்பவில்லையா என அந்தக் கண்கள் கெஞ்சின. இப்படியும் ஆட்கள் இருக்கத்தான் செய்கிறார்கள். நான் அவர்களை ஒருபோதும் குறை சொல்ல மாட்டேன். கையெடுத்துக் கும்பிடக்கூடச் செய்வேன். எவன் நாசமாய்ப் போனால் என்ன என்று நேர்மை தரும் கம்பீரத்தைத் தொலைத்தவர்களைப் பற்றித்தான் இந்தயிடத்தில் பேசுகிறேன். பிணைப்பில்லாத இரண்டு பக்கக் கைகளையும் பற்றித்தான் சொல்கிறேன்.

கைகளை இறுக்கியபடி புது வாழ்விற்குள் அடியெடுத்து வைக்கும் ஆண்களையும் பெண்களையும் நோக்கியும் விரித்து இதைப் பேச விரும்புகிறேன். ஒருமுறை இளம்பெண் ஒருத்தர் தேடி வந்தார். அவரின் கணவரை விவாகரத்து செய்யவேண்டும் என்றார்.

காரணத்தைக் கேட்டபோது, "என்னுடைய ரூமிற்குள்ளேயே ஹிடன் கேமரா வைக்கிறான்" என்றார். இது மாதிரி அயிட்டங்கள் விற்கும் கடைத் தெருவில், தன்னுடைய கணவனது செல்ஃபோனிற்குள் பதிவு செய்கிற மாதிரி ஏதாவது சாதனம் இருக்கிறதாவெனத் தேடிய இளம்பெண் ஒருத்தரையும் நன்றாக அறிந்திருக்கிறேன். அடிப்படை நம்பிக்கை தகர்ந்துவிட்டது எப்போதோ.

ஒருபையனுக்கு எப்போதும் ஒரு பழக்கம். அதைக் கேட்டால் நீங்களே எரிச்சல் பட்டுவிடுவீர்கள். அவருடைய மனைவி என்ன சொன்னாலும், 'ஒரு எஸ்.எம்.எஸ் அனுப்பிடு. இல்லாட்டி வாட்ஸ் அப்ல மெசேஜா போட்டு விடு. இல்லாட்டி மெயில் அனுப்பு' என்பாராம். என்னப்பா உன்னுடைய பிரச்சினை என்று கேட்டால், "பாஸ், அவ இப்ப ஒண்ணு சொல்லுவா. கொஞ்ச நேரம் கழிச்சு மறந்துட்டு வேறொண்ணு சொல்லுவா. ஆதாரத்தைக் கையில வச்சுக்கிட்டா சட்டுன்னு எடுத்துக் காட்டிடுவேன்" என்றார். "எப்ப பார்த்தாலும் கோர்ட்ல ஆதாரத்தைக் காட்டுற மாதிரி வாழ முடியுமா?" என எரிச்சலோடு கேட்டார் அந்தப் பெண்.

இந்தத் தலைமுறை எல்லாவற்றையும் இப்படிப் பதிவு செய்யத் துவங்கிவிட்டது. சாதனங்கள் கிடைத்தால் அதில் இருக்கிற எல்லா வாய்ப்புகளையும் பயன்படுத்திப் பார்க்கத்தான் செய்வார்கள். இரவு மனக் கிளர்ச்சியில் பரஸ்பரம் அனுப்பக்கூடிய எல்லா விஷயங்களும் பதிவு செய்யப்படுகின்றன. ஸ்க்ரீன் ஷாட் எடுக்க முடியாத சாதனங்களுக்கு இங்கே மதிப்பே இல்லை. மனிதர்களுக்கும்தான். எப்போதுமே ஆதாரம் என்கிற சுத்தியலை வைத்துக்கொண்டு எதிரே இருப்பவரின் மண்டையில் போடத் தயாராகிற பாவனையிலேயே வாழ்ந்து கொண்டிருப்பது முறைதானா? வம்பும் வழக்கும் அனுதினமும் அறைக்குள் நடக்க முடியாது இல்லையா? காமம் தாண்டி வாழ்வியல் அணுக்கத்தையும் பிணைப்பையும் போதிக்கிற கட்டில்கள்தான் அறையில் இருக்கவேண்டுமே தவிர, நீதிமன்றக் கூண்டுகள் அல்ல.

எனக்குத் தெரிந்த நாற்பது வயதுக்கு மேற்பட்ட நடிகை அவர். நடிகை என்றாலே பொதுப் புத்தி எப்போதுமே கொஞ்சம் எதிராகத்தான் பார்க்கிறது. சில நேரங்களில் அவர்களே இந்தப் பொதுப் புத்திக்கு அஞ்சாமல் தீனியும் போடுகிறார்கள். அப்படியான விளம்பரத் தேவைகள்கூட சிலருக்கு இருக்கின்றன. அப்படியானவர்களைப் பற்றி இங்கே சொல்லவில்லை. அந்த நடிகைக்கு நான்கு பெண் குழந்தைகள். ஒருதடவை அவர் என்னிடம், "எங்க வீட்டில எல்லாருடைய பாஸ்வேர்டும் எல்லாருக்கும் தெரியும். மொபைல்ல

யாருமே பாஸ்வேர்ட் வைக்க மாட்டோம்'' என்றார். இது எனக்குப் புதுவிதமான திறப்பாக இருந்தது. அவருடன் பேசிக் கொண்டிருக்கும்போதே என்னுடைய மொபைலில் இருந்த பாஸ்வேர்டை அழித்து மொபைலை திறந்தவெளியில் உலவ விட்டேன். ஒருத்தரின் சுதந்திரத்தைப் பாதிக்கிற செயல் என்கிற கோணத்தில் அவர் இதைச் சொல்லவில்லை. பாஸ்வேர்ட் தெரிந்திருந்தாலும் திறந்து பார்க்காத உச்ச நம்பிக்கை கொண்ட உறவு நிலை என்கிற பதத்தை அவர் சுட்டிக் காட்டினார். ஒரு வரியில் அவர் சொன்ன விஷயம் ஒன்றை எப்போதும் நெஞ்சில் ஏந்தியிருக்கிறேன். வாழ்வில் அது எனக்கு உதவக்கூட செய்கிறது.

இங்கே பாஸ்வேர்ட்கள்தான் பலரது பஞ்சாயத்தாக இருக்கிறது. கல்யாணம் ஆன இளைஞர் ஒருத்தர் உச்சகட்ட மன உளைச்சலில் வந்து நின்றார். அவருடைய முன்னாள் காதலியின் பெயரை பாஸ்வேர்டாக வைத்த காரணமே அவருடைய மண வாழ்வுச் சிக்கலுக்குக் காரணமாக அமைந்துவிட்டது. அவருடைய மனைவி பெண்டெடுத்து விட்டார் அவரை. அந்த பாஸ்வேர்டைத் தூக்கி எறிந்தால்தான் என்ன? புதுவாழ்க்கைக்கு வந்துவிட்டு அதைச் சுமந்துகொண்டு அலைவது இன்னொருவருக்குத் துயரம் இல்லையா? பாஸ்வேர்ட் என்பதை இந்தயிடத்தில் ஒரு குறியீடாகவே சொல்கிறேன். நம்பிக்கையற்ற பிணைப்பு என்பதைச் சுட்டுவது இது. ஒரு தொழிலாளிக்கும் முதலாளிக்கும் இருக்கிற பிணைப்புகூட உடன் வாழும் சக உயிர்களிடம் இல்லாமல் போவது ஏனோ?

நம்பிக்கைகள் கைபிடித்து வாழும் வாழ்வில் சின்னச் சின்ன சிக்கன் சந்தோஷங்களைத் தந்தபடியே இருக்க வேண்டும். கண்காணிப்பின் முனையில் காலம் தள்ள முடியாது. கடையாகட்டும் அந்த மஞ்சள் பூத்த வீட்டு அறையாகட்டும் கண்காணிப்பு கேமராக்களின் பார்வையிலேயே நடமாட முடியாது. கடைகளுக்காவது கண்காணிப்பு கேமராக்கள் போடுகிற தேவை இப்போதெல்லாம் வந்துவிட்டது. அதன் தேவை இருப்பதை மறுக்கவும் முடியாது. நம்முடைய சட்டை எல்லோருக்கும் பொருந்தாது இல்லையா?

ஆனால் ஒரு போர்வைக்குள் இரு தூக்கம் என்று வாழ வேண்டியவர்கள் கரிய ஒளிக் கண்களைப் பார்த்துக்கொண்டே தூங்க முடியாது இல்லையா? சந்தேகத்தின் கரிய நிழல் படிந்துவிட்டால் பிணைப்பு எல்லாம் கட்டிலுக்கு அடியில் பதுங்கிக்கொள்ளும். அந்த நடிகை சொல்லி நெஞ்சில் ஏந்திய வாசகங்கள் இவைதான். 'எதுக்காக ஒருத்தர்ட்ட மறைக்கிற மாதிரி வேலையை வாழ்க்கையில செய்யணும். கண்காணிக்கிறாங்கங்கற பயத்தோட செத்துச் செத்து

| 97 |

வாழ்ற வாழ்க்கையை விட நெஞ்சில பாரம் இல்லாத வாழ்க்கை மகிழ்ச்சியாக இருக்கிறது.' இதை எல்லோரும் நெஞ்சில் ஏந்த வேண்டும் என்கிற எந்த அவசியமும் இல்லை. ஆனால் ஒரு அடிப்படை உண்மையைப் புரிந்து கொள்ளுங்கள். இங்கே எவரும் எவரிடமிருந்தும் தப்பிக்க முடியாது. கண்காணிப்பின் வளையத்தில் கம்பீரமாக வலைய வருவதைக் கற்றுக் கொண்டுவிட்டால், சிக்கலில்லாத பதற்றமில்லாத வாழ்க்கையை வாழ்ந்துவிட முடியும். பதற்றமில்லாத வாழ்வு கொடுக்கும் கம்பீரத்தில் பிணைப்பு என்பது மலைச் சுனைகளைப்போல ஊற்றெடுக்கும். குளிர்ந்த அந்தத் தண்ணீருக்குச் சுவையதிகம்!

15

பேரம் பேசத் தெரியாதவர்கள்!

ஒரு தடவை ரயில் நிலையம் ஒன்றில் இருந்து நண்பர் ஒருத்தருடன் வெளியே வந்தபோது, ஆட்டோ ஒன்றை நிறுத்தினேன். ஆட்டோக்காரர் கேட்ட தொகைக்கு எதுவும் மறுப்புச் சொல்லாமல் ஏறி அமர்ந்ததைப் பார்த்த நண்பர் பொங்கித் தள்ளிவிட்டார். அவருடைய சிவந்த முகத்தில் கோபம் கொப்பளித்தது. ''என்னப்பா இது பழக்கம்... அவர் ஐநூறு ரூபாகூட இந்தா போற திருவல்லிக்கேணிக்கு சொல்லுவாரு. கேக்காம ஏறி உக்காந்துருவியா? நீ பேரம் பேசறது உனக்காக இல்லை. பின்னாடி உன்னை மாதிரி வர்றவங்களுக்காக பேசறேன்னு நெனைச்சுக்கோ'' என்றார். அதற்கடுத்து நான் பேரம் பேசாமல் எதையும் வாங்குவதில்லை என்று உறுதி எடுத்துக்கொண்டேன். பேரமே பேசக் கூடாது என ஒரு வாழ்வியல் முறையை இங்கு வளர்த்தெடுக்கிறார்கள். பேரம் பேசுவது அசிங்கம் என்று நினைக்கும் ஒரு கூட்டமும் உருவாகிக் கொண்டிருக்கிறது. அவர்கள் உலவும் உலகில் பேரங்களுக்கு இடமே இல்லை. அது ஒரு தனி உலகம். அதன் விதிகள் அந்த உலகத்திற்குள் இல்லாதவர்களுக்குப் பொருந்தாது. அதன் ஆட்ட விதிகள் வேறு. அந்த உலகத்திற்கு வெளியே வாழ்பவர்களின் விதிகள் வேறு. அவர்களை விட்டுவிடலாம்.

தமிழ் வாழ்வில் பேரம் என்பதற்கு ஒரு உயரிய இடம் இருந்தது. காசிமேட்டில் அதிகாலைகளில் மீன் ஏலம் எடுப்பதற்காகக் காத்திருந்திருக்கிறேன். அந்த இருள் பிரியும் கடற்காற்றை முகத்தில் ஏந்திக்கொண்டு ஏலம் சூடாக நடக்கும். நன்றாகக் கவனித்துப் பார்த்திருக்கிறேன். பேரத்தில் அவர்கள் முறை தவறியதில்லை. சில

விதிவிலக்குகள் இருக்கலாம். அவர்கள் எல்லாப் பக்கங்களிலும் கட்டையைப் போட்டு விதிகளைத் தாண்டிக் கொண்டிருப்பார்கள். பெரும்பான்மையானவர்களைப் பார்த்திருக்கிறேன். நூல் பிடித்த மாதிரி நேர்மையுடன் பேரத்தில் இருப்பார்கள். பேர வணிகம் என்கிற பெயரில் எல்லாருடைய குரல்வளையைக் கடிக்கிறவர்களாக இருக்க மாட்டார்கள் அவர்கள். தமிழ் வணிகத்தின் அடிப்படையான விற்கும் /வாங்கும் சக்தியை ஒன்றிணைக்கும் சரடான நியாய பேரத்தில் ஈடுபடுவார்கள்.

எதற்கு பேரம் பேசவேண்டும், எதற்கு பேரம் பேசக் கூடாது என்கிற விதிகளை நன்றாக அறிந்த கூட்டம் அது. நடைபாதைகளில் கடை போட்டிருக்கிற மனிதர்களிடம், கறிகாய் விற்கிற எளிய மனிதர் களிடம் உரக்க பேரம் பேசுவோம். ஆனால் வாயைப் பொத்திக் கொண்டு மால்களில் விற்பவற்றை பேரம் பேசாமல் வாங்கிக் கக்கத்தில் இடுக்கிக்கொண்டு வருவோம். எஸ்கலேட்டரில் நமக்குப் பின்னாடி நம்முடைய இயலாமையும் சேர்ந்து இறங்கும். என்னையும் சேர்த்துத்தான் சொல்கிறேன். நான் சென்னைக்கு முதன் முதலில் வரும்போது சொல்லி அனுப்பினார்கள். ‘பர்மா பஜார்ல ஒரு கண்ணாடியை நூறு ரூபா சொல்வாங்க. நீ பத்து ரூபாய்க்கு தருவியான்னு கேளு’ என்று அனுப்பினார்கள். அடிவாங்காமல் தப்பிப்பதற்கே பெரும்பாடாகப் போய்விட்டது.

பேரம் என்பது இன்னொருத்தரிடமிருந்து அடித்துப் பிடுங்குவ தில்லை. விவசாயிகள் வீழ்ந்து கிடக்கும்போது கழுத்திலேயே மிதித்து கிலோ இரண்டு ரூபாய்க்கு கத்தரிக்காயைத் தருவாயா என்று அடித்துப் பிடுங்குவதல்ல. விற்பவனுக்கும் பாதகம் இல்லாமல் வாங்குகிறவனுக்கும் இடைஞ்சல் இல்லாமல் ஒரு வணிகத்தை முடித்து வைக்கிற ஒரு ஒப்பந்தம். இடிந்தகரையில் அண்ணன் ஒருத்தர் கடற்கரைக்குக் கூட்டிப் போனார். வல்லத்தில் பிடித்த மஞ்சள் பாறை மீன் ஒன்றைக் கொண்டுவந்து தரையில் போட்டார்கள். அதை ஏலத்தில் எடுக்க ஒரு பெரிய கூட்டமே பசித்திருக்கிற அண்டங்காக்கைகள் போல சிறகுகளை விரித்துக்கொண்டு மீனைச் சுற்றி அமர்ந்தது. ‘‘சொந்த உபயோகத்துக்கு எடுக்கறேன்பா. வீட்டுக்கு விருந்தாளி ஜனங்க வந்திருக்காங்க’’ என்றார் அந்த அண்ணன். அவரும் மீனவர்தான். ஏலம் கேட்க வந்த மற்றவர்கள் ஒதுங்கிக் கொண்டார்கள். அண்ணனுக்கும் விற்பவருக்கும் இடையில் மட்டும் நூல் பிடித்து மேலேறி வந்தது பேரம். சொந்த உபயோகம் என்று வரும்போது ஒதுங்கிக்கொள்ள வேண்டும் என்கிற நாகரிகம் சார்ந்த மனம் தமிழ் வணிகத்தினுடையதே. அது கண்ணுக்குத் தெரியாத நல்விதிகள் பலவற்றைப் போட்டு வைத்திருக்கிறது. விசிறியடித்து

விட்டோம் அதை வணிகக் காற்றில். சூறாவளி வணிகத்தில் சூட்சுமங்களும் காணாமல் போய்விட்டன. விதிகளும் காணாமல் போய்விட்டன.

இரயில் நிலைய ஆட்டோ சம்பவத்தை இந்த இடத்தில் நிறுத்தி ஒரு ஒட்டுமொத்த மனநிலை செயல்படும் விதத்தைச் சொல்லலாம் என்று தோன்றுகிறது. ஒருத்தரை ஒருத்தர் ஏமாற்றும் வணிக பேர மனநிலை மெள்ளத் தலை தூக்குகிறது. ஆட்டோக்காரருக்கு நன்றாகத் தெரியும். கேட்டால் குறைக்கலாம் என்பது அவருடைய மனநிலை. இரட்டிப்பாகக் கேட்டால்தான் பாதிக்குக் குறைந்து வருவார்கள் என்று பல வியாபாரங்களில் சொல்ல ஆரம்பித்து விட்டார்கள். கேட்பவர்களிடமும் இப்போது நியாயம் இல்லாமல் போய்விட்டது. தி.நகர் ரயில்வே பிளாட்பாரத்தில் ஊறுகாய் விற்பவரிடம், 'இருபது ரூபாய்க்கு தருவியா?' என்று ஒருத்தர் கேட்டுக் கொண்டிருந்ததைப் பார்த்தேன். எலுமிச்சம் விலையே 120 ரூபாய்க்கு மேல் போய்க் கொண்டிருக்கிற காலத்தில் இப்படியான தரைமட்ட பேரம் கட்டுப் படியாகுமா? அந்த ஊறுகாய் வியாபாரியும் இரட்டிப்பாகத்தான் சொன்னார். பொருளின் உண்மையான நியாயமான விலை இருவருக்குமே தெரியும். ஆனாலும் இரண்டு சீட்டு மூணு சீட்டு விளையாடுவதைப்போல ஒரு வியாபாரத்தை நிகழ்த்திக் கொண்டிருந்தனர்.

ஏதோ ஊறுகாய் வியாபாரத்தில் மட்டும் இப்படியில்லை. குட்டி நாடொன்றிற்கு மருந்து மாத்திரைகளை ஏற்றுமதி செய்யும் வணிக வாய்ப்பு ஒரு முறை கிடைத்தது. நகரின் புகழ்பெற்ற மருந்து உற்பத்தி மையத்திடம் மருந்துகளை வாங்கி ஏற்றுமதி செய்கிற மாதிரி ஏற்பாடு. அவர்கள் கொடுத்த விலைப்பட்டியலை அந்த நாட்டு மருத்துவத் துறைக்கு அனுப்பி வைத்துவிட்டு அடியில், 'நெகோஷியபில்' என்று உற்சாகமாகப் போட்டு அனுப்பினோம். முகத்தில் துப்புகிற மாதிரி ஆங்கில வார்த்தைகளைக் கலந்து பதில் வந்து விழுந்தது. 'முதலில் நியாயமான விலையைப் போடுங்கள். அதுதான் பேரத்துக்கு அழைப்பதற்கான, நியாயமான முதல் நிலை. அதையே நீங்கள் செய்யாமல் கண்டபடிக்கு விலையைப் போட்டு அனுப்பிவிட்டு பேரத்திற்கு அழைத்தால் எப்படி?' எனப் பதில் அனுப்பினார்கள். படித்த மேல்தட்டு வர்க்கமே பேர விதிகளைத் தூக்கித் தூரத்தில் எறிந்து கொண்டிருக்கிறது என்பதைச் சொல்வதற்காக இந்த உதாரணத்தைத் தருகிறேன். என் பார்வையில் அந்த ஆட்டோ டிரைவருக்கும் ஊறுகாய் வியாபாரிக்கும் உயர் மருந்துக் கம்பெனி உரிமையாளருக்கும் எந்த வித்தியாசமும் இல்லை. எல்லோருமே தமிழ் வணிகத்தின் பேர விதிகளை மீறியவர்கள்.

உலக அரங்கில் இந்தியர்கள் பேரங்களில் முறை தவறுகிறவர்கள் என்கிற ஒரு அழுத்தமான பார்வை இருக்கிறது. விலையைக் கூட்டிச் சொல்வார்கள். இல்லாவிட்டால் தரைமட்ட விலைக்கு விவரம் புரியாமல் கேட்பார்கள் என்றார் சிங்கப்பூர் வணிகர் ஒருத்தர். சமூகத்தை இரண்டாகக் கோடு போட்டால் இந்த இரண்டு பிரிவினரைத்தான் அந்தப் பக்கமும் இந்தப் பக்கமும் தூக்கிப் போடவேண்டும். இவர்கள் வணிகத்தில் மட்டுமா இருக்கிறார்கள்? வாழ்க்கையிலும் இருக்கிறார்கள். சமீபத்தில் பெண் பார்க்கும் படலம் ஒன்றிற்குச் சென்றிருந்தேன். இந்தக் காலத்திலும்கூட மாட்டை விற்க பேரம் பேசுவதைப்போல பேசிக் கொண்டிருந்தார்கள். இத்தனைக்கும் மிகக் கொடுமையான நியாயமற்ற பேரம். கொடுக்க முடியாததைக் கேட்கும் பேரம். வெறுத்துப் போய் தொலைபேசி பேசுகிற சாக்கில் வெளியே ஓடி வந்துவிட்டேன்.

ஒரு சமூகமே இப்படி பேரம் பேசத் தெரியாமல், பேரம் என்கிற பெயரில் கேட்கக் கூடாததைக் கேட்டுக் கொண்டிருப்பது விந்தையாக இருக்கிறது. இத்தனைக்கும், உலக வணிகத்தில் மிகச் சிறந்த பேரங்களை நிகழ்த்திய சமூகம் அது. பேரமே பேசாமல் பேரம் என்றால் என்ன என்பதே தெரியாமலும் ஒரு கூட்டம் அதே சமூகத்தில் உருவாகியும் கொண்டிருக்கிறது. யோசித்துப் பாருங்கள். எங்கேயாவது எப்போதாவது பதற்றப்படாமல், குற்றவுணர்வு இல்லாமல் பேரம் எதையாவது சமீபத்தில் பேசியிருக்கிறீர்களா? அலுவலகம் ஒன்றில் இளைஞர் ஒருத்தருக்கு மிகக் குறைந்த சம்பளத்தை நிர்ணயித்து விட்டார்கள். அவர் ஆரம்பத்தில் பேரம் பேசவில்லை. ஆனால் அந்த நிறுவனத்தில் இருந்து வேறொரு நிறுவனத்திற்குச் செல்லும் வரை அந்த நிறுவனத்திற்கு எதிராக சம்பளம் வாங்கிக்கொண்டு செயல் பட்டார். மனதொட்டி அவர் ஒருநாள்கூட வேலை பார்க்கவில்லை.

மிகச் சிறந்த கல்லூரிகளில் படிப்பவர்களுக்கு இயல்பாகவே பேரம் பேசச் சொல்லித் தருகிறார்கள் இப்போதெல்லாம். ஆனால் கொஞ்சம் பின்தங்கிய பகுதிகளில் இருந்து வருகிறவர்கள் இது மாதிரி தலையாட்டி வைத்துவிட்டு பிற்பாடு இப்படி உளச் சிக்கல்களுடன் சுற்றிக் கொண்டிருக்கிறார்கள். உயரிய நோக்கங்கள் கொண்ட அந்த நிறுவனமும் அவருக்கான நியாயமான ஊதியத்தை வழங்கியிருந் திருக்கலாம். இங்கேதான் எல்லோரும் தவறுகிறார்கள். அந்த ஆட்டோக்காரரும் நானும் இந்த நகரங்கள் எங்கும் நிறைந்திருக்கிறோம்.

இன்னொரு கோணத்தில் சொல்வதென்றால், சமூகத்தில் நீதி வேண்டி நமக்காக பேரம் பேசுபவர்களைக்கூட எப்போதும் ஒதுக்கிக்

கொண்டுதான் இருக்கிறோம். எதற்காகவும் நாம் கேட்க மாட்டோம். நமக்காகக் கேட்பவர்களையும் புறந்தள்ளுவோம் என்கிற மனநிலை வந்துவிட்டது. எதில் மீட்டெடுக்கிறோமோ இல்லையோ, வணிகத்தில் மட்டுமாவது அதன் அடிப்படை விதிகளை மீட்டெடுக்கலாம் என்று தோன்றுகிறது. தமிழ் வணிகம் குறித்தெல்லாம் உரக்கப் பேச வேண்டிய தருணம் இது. பேரம் என்பது வெறும் வணிகம் மட்டுங் மல்ல. எங்கே எதைப் பேசவேண்டும் என்பதைச் சுட்டும் கலையும் கூட அது. அந்தக் கலையைக் கற்றுக் கொள்கிறவர்கள் சிக்கலில்லாமல், ஆழ்ந்த மகிழ்ச்சியுடன் எதையும் சுகிக்கலாம்!

16

போலிப் பெருமிதங்கள்!

மலை மீது கோபித்துக்கொண்டு அமர்ந்திருக்கும் முருகனை சாட்சியாய் வைத்து கேட்ட கதையொன்றை அப்படியே சொல்கிறேன். சொன்னவரின் கேட்டவரின் கற்பனையாகக்கூட இது இருக்கலாம். ஆனால் ஏதோவொரு வகையில் வாழ்வியல் உண்மைகளைக் கதைகள் போதிக்கின்றன என்பதால், நம்புவது/நம்பாததை கொஞ்சம் தூக்கித் தூரத்தில் வைத்துவிட்டு, இதைக் கதையாகவே கேட்கலாம். தப்பில்லை. கடந்த தென் மேற்குப் பருவ மழை மற்றும் வடகிழக்குப் பருவமழை இரண்டும் முருகன் அமர்ந்திருக்கிற மலையின் கிழக்குப் பக்கம் நன்றாகப் பெய்தது. மேற்குப் பக்கம் நன்றாகப் பெய்யவில்லை. கிழக்கும் மேற்கும் புரியாத நகர வாழ்வு வாழ்ந்து பழகி விட்டதால், திசைக் குழப்பம்கூட இதில் இருக்கலாம் என்பதால் இதில் உள்ள உண்மையை மட்டும் எடுத்துக் கொள்ளுங்கள்.

இதற்கு முன்வரை மேற்குப் பகுதி செழிப்பாக இருந்தது. தென்னை மர நிழலில் அமர்ந்து செழிப்பான தயிரைக் குடித்துக் கொண்டிருந் தார்கள். தென்னம்பிள்ளைகள் செழிப்பான சோறு போடும் என்பது மூத்த வாக்கு. மிகு மழைகளின் காரணமாக ஊற்றெடுக்கும் கிணறு களைக் கொண்ட வாழ்வு. இதுமாதிரியான தோப்பொன்றிற்குச் சென்றிருக்கிறேன். அதன் உரிமையாளர் சலித்துக்கொண்டே, குதிங்கால் அளவு தேங்கியிருக்கிற தண்ணீரில் நின்றுகொண்டு, ''சனியன் தென்னம்பிள்ளையைத் தவிர வேறெதையும் போட முடியாது. ஆனாலும் பாருங்க. தென்னைல போடற காசும் தங்கத்தில் போடற காசும் ஒண்ணு'' என்றார். நிலைமை இப்போது

சடசடவென வானிலை மாதிரி மாறிவிட்டது. தேங்காய், தேங்காய் மாதிரி காய்க்காமல் மாங்காய் மாதிரி காய்க்கிறது எனப் புலம்ப ஆரம்பித்து விட்டனர். தேங்காய் ஏற்றுமதி வணிகம் அடியோடு பாதித்திருக்கிறது.

சில வருடங்களாகவே அங்கே மழை பொய்த்துவிட்டது. அவர்கள் சொல்கிற கணக்குப்படி வைத்துக் கொண்டாலும்கூட அந்தப் பிராந்தியத்தில் மட்டுமே கிட்டதட்ட ஐம்பது இலட்சம் தென்னை மரங்கள் காய்ந்துவிட்டன. தென்னைக்குப் பெயர் பெற்ற அந்தப் பிராந்திய நிலமொன்றில் இருந்த இடிந்த சாலை வீட்டில் அமர்ந்து கொண்டு அதன் உரிமையாளர், ''தென்னை இருக்குதுங்கற கர்வத்தில இருந்தோம். எங்க கர்வத்தை முருகன் அடிச்சு சாய்ச்சுட்டாரு. இப்ப பாருங்க. இந்த உடைஞ்ச சாலையை எடுத்துக் கட்டக்கூட யோசனையா இருக்கு'' என்றார். தென்னை கொடுத்த கர்வம் என்கிற அவருடைய வார்த்தை அடர்த்தியானது.

கிழக்குப் பக்கம் இருப்பவர்களை இந்த கர்வத்தின் காரணமாக மதிக்கக்கூட மாட்டார்கள். பெண் கொடுக்கத் தயங்குவார்கள். ஒருதடவை இப்படி கிழக்கும் மேற்கும் சந்திக்கிற காதல் திருமணம் ஒன்றிற்குப் பேச்சுவார்த்தை நடந்தது. அந்தப் பையனை வேண்டாம் என்று சொல்வதற்கு எல்லோரும் பல்வேறு காரணங்களைச் சொன்னார்கள். நடுவீட்டில் குத்தவைத்துக்கொண்டு பெண்ணின் உறவினரான பெண்ணொருத்தர் சொன்ன காரணம் ஒன்று மட்டும் எனக்கு விந்தையாக இருந்தது. காதலிக்கிற எல்லாப் பெண்களின் வீட்டிலும் பையன்கள் பொறுக்கிகள் என்பதுதான் உலக நடப்பு. அந்தப் பெண்மணி அரிசியை அரிந்துகொண்டே, ''மதுரைப் பக்கம் போகிற டிரெயினெல்லாம் அழுக்கா இருக்குமாமே...'' என்றார். இதைக் கேட்டதும் எனக்குத் தூக்கிவாரிப் போட்டது. இரயிலையே காரணம் சொல்கிறவர்கள் மற்ற விஷயங்களை எப்படி வீரியமாக அணுகுவார்கள் என்பதை நீங்களே முடிவு செய்து கொள்ளுங்கள். 'சோத்துக்குச் செத்த ஊர்கூட எப்படி சம்பந்தம் பண்ண முடியும்? எலையில ஒரு பொரியல கொண்டுவந்து வைக்கிறாங்க. காக்கிலோ கறி எடுத்து எட்டு பேர் சாப்பிடறதெல்லாம் ஒரு ஊரா?' என என் காதுபடவே இது மாதிரியான வார்த்தைகளை நிறையவே கேட்டிருக்கிறேன்.

இப்படி ஒரு தடவை நண்பனொருத்தனிடம் விளையாட்டாய் ஒருத்தர் சொல்ல, இவன் கிளம்பிப் போய் நான்கு கிலோ மட்டன் எடுத்துக்கொண்டு வந்துவிட்டான். நல்லெண்ணெயைக் குளிர ஊற்றிச் சுக்கா செய்து கொண்டுபோய், தாமிரபரணித் தண்ணீர்

குடித்து வளர்ந்து ஏகடியம் பேசிய அவரின் வீட்டு வாசலில் நின்றுகொண்டு, ''இந்தா... வெளிய வா. எங்காளுக ஒரு காலத்தில ஒரு ஆட்ட தனியா வெட்டிச் சாப்புடுவோம். என்ன பண்றது, எங்களைப் பிடிச்ச கெரகம் மழை மாரில்லாமல் கெறங்கிப் போயிட்டோம். ஊருக்கே சாப்பாடு போட்டவங்கதான் நாங்களும். நாக்கு தடம் புரள விடாத. உனக்கும் வாழ்க்கை ஒருநாள் தடம் புரண்டிரும்'' என்றான் கோபமாக. எளிய மனிதர்களுக்கும் அறம்பாட உரிமையுண்டு. என்ன, கவிஞர்களின் தனிச் சொத்தா அது?

இத்தனைக்கும் ஏகடியம் பேசியவரது நிலமும் ஒரு காலத்தில் சந்தை மதிப்பு இல்லாமல் கிடந்ததுதான். பருத்தியைத் தவிர எதுவும் விளையாது என்ற நிலையில் இருந்த நிலங்களே அவை. காலமாற்றம் நிலத்தைப் பக்குவப்படுத்திவிட்டது. செல்வத்தையும் அள்ளிக் காய்த்துவிட்டது. நிலம் வழியாகத் திரள்கிற கர்வத்தைத்தான் முருகன் அடித்துச் சாய்த்துவிட்டார் என்று சூசகமாக தென்னம் பிள்ளை உதாரணத்தைச் சுட்டிக் குறிப்பிட்டார் அவர். வரலாற்றில் வறுமையைப் பார்க்காத சமூகங்கள் எங்குமே இல்லை. மெல்ல மெல்ல படிப்படியாகத்தான் அவர்கள் மேலேறி வந்திருக்கிறார்கள். தவறாக இதைச் சொல்லவில்லை. ஊர்ப் பெருமிதங்கள் ஒருவகையில் தவிர்க்கப்பட வேண்டியவைகள். நான்கைந்து ஊர்களில் நட்டு வளர்த்த செடி நான் என்பதால் இதை நெருங்கிப் பார்த்துவிட்டே சொல்கிறேன்.

தேனிக்காரர்கள் மதுரைக்காரர்களை மதிக்க மாட்டார்கள். மதுரைக் காரர்கள் உசிலம்பட்டிக்காரர்களை மதிக்க மாட்டார்கள். 'பொட்டல் காட்டில போயி எவனாவது பொண்ணு எடுப்பானா?' என்பார்கள் மீசையை நீவியபடி. மதுரைக்கே இப்படியென்றால், இராமநாத புரத்துக்காரர்களின் பாட்டையும் கோவில்பட்டிக்காரர்களின் தவிப்பையும் கேட்கவே வேண்டியதில்லை. 'தண்ணி தூக்கவா நாங்க பெண்ண பெத்துப் போட்டிருக்கோம்?' என்பார்கள் கோவில் பட்டிக்காரர்களைப் பார்த்து. வேலூர்க்காரர்களெல்லாம் இந்த விஷயத்தில் ரொம்பப் பாவம். இப்படி எல்லா ஊர்களையும் இந்தக் குப்பியில் அடக்கிவிட முடியும்.

நிலத்தையும் செழிப்பையும் முன்னிறுத்தி மக்கள் தங்களுக்குத் தாங்களே மனதிலும் நிலத்திலும் கண்ணுக்குத் தெரியாத ஒரு கோட்டைப் போட்டுவிடுகின்றனர். சபைகளில் அதை முன்னிறுத்தவும் செய்கின்றனர். ராமநாதபுரம் கமுதிக்குப் பக்கத்தில் ஒருத்தருக்கு இருபது ஏக்கர் இருக்கிறது. பொள்ளாச்சியில் இருபது ஏக்கர் வைத்திருப்பவரும் அவரும் ஒருவகையில் ஒன்றுதானே? இதில்

என்ன ஏற்றத் தாழ்வுகள் வந்துவிட்டன? செழிப்பின் இருபது ஏக்கர் இப்போது கோடிக்கணக்கான ரூபாய்களைக் கொட்டிக் கொடுக்கிறது. வெக்கை வழிந்த மேற்படி இருபது ஏக்கர் நிலத்தில், விலைபோகாத கருவேலஞ் செடிகள் மண்டிக் கிடக்கின்றன. காலம் செய்த தவறில்லாமல் இது வேறென்ன? அடித்துப் பெய்தால் நாங்களும்கூட செழித்துப் பறந்திருப்போமே... எல்லாப் பக்கங்களிலும் தொழிற் சாலைகள் வந்திருந்தால், அவருடைய நிலத்தின் செழிப்பும் மதிப்பும் காட்டு முயலொன்றைப்போல எகிறியிருக்கத்தானே செய்யும்? செழிப்பை ஒரு அடையாளமாய் முன்வைத்தால், அது நம் கையில் இல்லை என்பதுதான் முருகன் அளித்த பதில் என்றார் அந்த நண்பர். பெருமிதங்களைப் போட்டுச் சாய்த்த முருகனின் கோபம் என்றார்.

எத்தியோப்பியாவில் இருக்கிற எலும்பும் தோல்களையும் பார்த்து 'உச்' கொட்டுகிறோம். அந்த உச்சில் கவலை மட்டும் இருக்காது. ஏளனமும் ஒரு சிட்டிகை அளவிற்காவது கலந்திருக்கும். தாது வருஷப் பஞ்சம் என்று இணையத்தில் தேடிப் பாருங்கள். எலும்பும் தோலுமான புகைப்படங்கள் கொட்டும். ஒருதடவை அந்தப் படங்கள் எல்லாவற்றையும் பார்த்தேன். முன்னோர்கள் உண்மையி லேயே செத்துச் செத்துப் பிழைத்துத்தான் இந்த இடத்தை அருளியிருக்கிறார்கள். என் தாத்தாக்களும் பாட்டிகளும் ஏனோ உடனடியாக நினைவிற்கு வந்தார்கள். அப்படி இருந்துதான் எல்லோரும் வளர்ந்து வந்திருக்கிறோம். எல்லாக் கூட்டமும் சொல்வதற்கென்று பெருமிதங்களைச் சேர்த்துத்தான் வைத்திருக் கிறார்கள். அதைப் பயன்படுத்துகிற விதத்தில்தான் மனிதர்கள் கடந்த பருவங்களை மறந்து தோற்றுப் போய்விடுகிறார்கள். மழை நினைத்தால் எதையும் அடித்துக் கொண்டுபோய் கடலில் போட்டு விடும் என்பதை இப்போதுகூட உணராதவர்களாக இருந்தார்கள். சென்னையில் கடலை ஒட்டிய மாதிரி பங்களா ஒன்றை வைத்திருப்பதாக எல்லா பார்ட்டிகளிலும் ஒரு நண்பன் புகழ் பேசித் திரிவான். ''கோடி ரூபாய் கொடுத்தாலும் இதை யாருக்கும் கொடுக்க மாட்டேன். என் குடும்பத்தின் அடையாளமாய் அது என்றென்றும் நீடிக்கும்'' என்றான். சுனாமி சுழன்றடித்த பிறகு அதை விற்க வழி தெரியாமல் விழி பிதுங்கி அலைகிறான். 'முன்னால சொன்னது தப்புதான்' என ஒருதடவை மனப்பூர்வமாக மன்னிப்புக் கேட்டான்.

மனிதர்கள் மன்னிப்பில் கிடைக்கிற தேவசுகத்திற்காகவே தவறுகளைத் தொடர்ந்து செய்கிறார்களோ என்றுகூட எனக்குச் சில சமயங்களில் தோன்றும். ஒரு அடையாளத்திற்குச் சொல்வதென்றால், இப்போது கிழக்குப் பக்கமாக பருவக்காற்று வீசத் துவங்கியிருக்கிறது. தலை தெறிக்க ஆட மனிதக்கூட்டம் மறுபடியும் தயாராகிவிட்டது. கூடவே

மேற்கில் இதுவரை இருந்த கர்வத்தையும் துணைக்கு இப்போதே அழைக்க ஆரம்பித்து விட்டார்கள். அவர்கள் தங்களுக்கு நேர் வடக்கே இருப்பவர்களை இப்போதெல்லாம் ஏளனம் செய்ய ஆரம்பித்துவிட்டனர்.

அப்படி வடக்கே இருப்பவர்கள் யார் தெரியுமா? ஒருகாலத்தில் அவர்களுடைய மன்னர் சுற்றியிருக்கிற எல்லாப் பக்கங்களுக்கும் படியளந்தவர். காலம் எல்லாவற்றையும் கருணையில்லாமல் தூக்கிப் புரட்டிப் போட்டுவிடும். இந்தக் கதையையே எடுத்துக் கொண்டாலும்கூட ஒரே மழை எல்லாவற்றையும் அடித்துச் சாய்த்து விட்டதே… இந்த நிலை நீடித்தால் என்னாகும்? வரைபடத்தில் முன்னே இருப்பவர் கடைசி இடத்திற்கு நகர்ந்துவிடுவார். 'நம்ம கையில எதுவுமே இல்லை. இப்படி மழை இல்லாம இருந்துச்சுன்னா தோட்டம் தொறவெல்லாம் வித்துட்டு வேற வேலைக்கு போக வேண்டியதுதான். என்ன பெரிய கர்வம் வேண்டிக் கிடக்கு… முருகன் முறைச்சா தொலைஞ்சோம். ஏற்கெனவே அவன் கோவிச்சுக்குட்டு தான் அங்க வந்து உக்காந்திருக்கான்' என இதுவரை செழிப்பைப் பார்த்தவர் சொன்னது எல்லோருக்குமான எச்சரிக்கைதான்.

மழை எப்போதும் ஒரே மாதிரி பெய்யாது. காற்று எப்போதும் ஒரே பக்கம் மட்டுமே அடிக்காது. அது மாறி மாறித்தான் அடிக்கும். காற்றின் சுழற்சிக்கு ஏற்றத் தாழ்வுகள் கிடையாது. பொதுவாகவே பருவ மழைகள் பலவிதம். அது ஒவ்வொன்றும் ஒருவிதம். மலை மீதமர்ந்து நம்மைக் காக்கிறவர்களுக்கு மட்டுமே அதன் திசைப் போக்கு தெரியும். காற்றின் திசையில் மரங்கள் ஆடலாம். மனிதர்கள் ஆடிவிடக் கூடாது.

17

வழி மீறும் விதிகள்!

சன்னலோரக் கண்ணாடிகள் உடைந்து அதற்குள்ளாக வரும் வெளிச்சத்தின் வழியாக மழை நீர் உள் நுழையும்படியான அந்த மலைப் பேருந்தை வழிமறித்தது ஒற்றைப் பெண் காட்டு யானை. மலை மனிதர்களை மட்டுமல்ல, மலைப் பேருந்துகளைக்கூட இரண்டாம் தாரம் மாதிரிதான் நடத்துகிறோம். அனுபவிக்க மலையேறிப் போவோம். ஆனால் அதன் துயரங்களை அறிய மாட்டோம். அதற்குரிய மரியாதையைப் பொதுத் தளத்தில் தரவே மாட்டோம். விட்டால் மாட்டோம்களை அடுக்கிக்கொண்டே போகலாம். தனியொருத்தியாய், நிலத்திற்கு அடுத்தபடியாக ரெண்டாம் தாரமாக வாக்கப்பட்ட மலை, மாலை வேளைகளில் அழுகிற சத்தம் கேட்கிறது என்று சொன்னால் கொஞ்சம் அதிகப்படியாகத்தான் இருக்கும். ஆனால் புனைவைத் தாண்டி, மனசாட்சியைத் தொட்டுச் சொல்வதென்றால் இப்படித்தான் வர்ணிக்க வேண்டியிருக்கிறது.

அந்த மலைப் பேருந்தில் உட்கார்ந்திருந்த மலை மனுஷி ஒருத்தர் திடீரென எழுந்து நின்றார். பேருந்தை வழி மறித்து நின்று கொண்டிருந்த அந்தக் காட்டு யானையை நோக்கிப் பேச ஆரம்பித்தார். ''போ கண்ணு. தெய்வம்லா... உள்ள புள்ள குட்டியெல்லாம் உக்காந்திருக்குது. வயசான ஜீவன்கள் கெடக்குதுங்க'' என்று அந்த யானையின் கண்ணை நோக்கிச் சொன்னார். அதற்கு அந்த இறைஞ்சல் சத்தம் கேட்டிருக்குமோ? மலை மனுஷி ஒருத்தியின் கையறுநிலைப் பிளிறல் அது என்பதாக அது எடுத்துக்கொண்டது போல. விலங்குகளுக்கு மொழி தெரியாது என்று யார் சொன்னது?

சத்தம் காட்டாமல் திரும்பிப் போனது அந்த யானை. ''அது இடத்தில வந்து நின்னுக்கிட்டு திமிர் காட்டக் கூடாது. கையெடுத்துக் கும்பிட்டு பனிஞ்சு போயிடணும்'' என்றார் அந்தப் பெண். பொதுவாகவே பெண்கள் இயற்கை விஷயத்தில் ஆண்களைக் காட்டிலும் பணிந்து போய் நடக்கிறார்கள். பணிவை ரத்தத்தில் கலந்து வளர்ப்பதால் வந்த பணிவு என மேலோட்டமாக எடை போட்டுவிடாதீர்கள். இயற்கையை அடியாழத்தில் புரிந்துகொண்ட பணிவு அது. இதே மாதிரி இன்னொரு மலைக் கிராமத்தில் யானை அடித்து செத்துப் போய்விட்டார் ஒரு பெண்ணின் கணவர். மருந்து வச்சுரலாமா என அவருடைய சொந்தங்கள் யானையைத் தேடிப் புறப்பட்டார்கள். அப்படி எகிறிக் குதித்தவர்களை நிறுத்தி அந்தப் பெண் நிதானமாக, ''என்ன எளவுக்கு நீங்க நிலத்தை விட்டு மேலேறி வந்தீங்க... அது இடத்தை குறுக்க மறிச்சா போட்டுத் தள்ளத்தான் செய்யும்'' என்றார். பிறந்தவுடனேயே மருந்து வைக்கும் கொடூரங்களையெல்லாம் தாண்டி வந்ததுதானே அந்தப் பாலினம். மருந்து என்றால், ஏதோ சொட்டு மருந்தைப்போல புகட்டுவார்கள் என்று நினைத்து விடாதீர்கள்.

ரத்த அழுத்தத்திற்குத் தரும் பொடி அடைக்கப்பட்ட மாத்திரை கேப்சூல்களை நம்முடைய கையில் தந்துவிட்டு, அது வாய்க்குள் போனதும் வெடித்தால் எப்படி இருக்கும்? சீனிப் பாகில் விஷத்தை வைக்கிற மனிதப் பழக்கம் அது. எனக்குப் பாதி உயரத்தில் இருக்கிற மிளா ஒன்று சத்தியமங்கலத்தில் ஒரு ஓடையருகே நின்றிருந்தது. இப்படி வெடி கலந்த மருந்தைக் கடித்ததால் அதன் தாடைகள் பிய்ந்து தொங்கின. ரத்தம் சொட்டுச் சொட்டாக வழிந்து கொண்டிருந்தது. அதற்குத் தாகம் என்று தள்ளி நின்று பார்க்கும்போது தெரிகிறது. அதனால் தண்ணீர் அருந்த முடியவில்லை. நம்முடைய வாயைக் கிழித்துவிட்டு, ரத்தம் சொட்டச் சொட்ட ஒரு மசாலா டீ குடிக்கச் சொன்னால் எப்படியிருக்கும்? அதைத்தான் அந்த மிளாவிற்குச் செய்திருந்தார்கள்.

இந்தக் கொடூரங்களையெல்லாம் ஆண்கள்தான் செய்கிறார்கள். யானைக்கு வெடிவைத்த பெண் கைது என்று எங்கேயாவது செய்தி வந்திருக்கிறதா? விதிவிலக்காக வேலூர்ப் பக்கத்தில் செம்மரக் கட்டைகளை வெட்டிய கும்பலின் தலைவி என ஒரு பெண்ணின் கதை வந்தது. இத்தனை ஆண்டுகளில் வனத்தைக் குறிவைத்து வேட்டையாடிய பெண் என அவரது பெயர் மட்டுமே வெளி வந்திருக்கிறது. மற்றபடி வனத்தை மொத்தமும் போட்டுத் தாக்குவது ஆண்கள் மட்டுமே. அவர்களுடைய கொடூரங்களை யெல்லாம் சொன்னால் நாடு தாங்காது.

சமீபத்தில் வால்பாறை சென்றிருந்தபோது கிடைத்த அனுபவம் ஒன்றை மட்டும் சொல்கிறேன். கஞ்சி வாடையைத் தேடி கூட்டமாக யானைக் கூட்டமொன்று குடியிருப்புப் பகுதிகளை வட்டமிட்டது. 'அதனாலதான் அது ரேஷன் கடைகளுக்குள்ள தலைய நீட்டுது' என்றார் அந்தக் காட்டிலேயே பிறந்து வளர்ந்த ஒருத்தர். தேயிலைக் காடுகளில் இரை கிடைக்காத யானைகள் என்ன செய்யும்? தெருவில் போகிற வருகிறவர்களை இழுத்துப் போட்டுச் சாய்க்கத்தான் செய்யும். அதுதான் வால்பாறையில் நடந்து கொண்டிருப்பதாக தேயிலைக் காட்டில் ஜெத்ரோ சொன்னான். "ரெம்ப மோசமா ஆயிட்டோம் மக்கா" என மனம் வருந்திச் சொன்னான்.

யானைதான் என்றில்லை, கண்ணில் கிடைக்கிற எல்லா விலங்கு களையும் போட்டுத் தள்ளுகிற மனிதர்கள் காட்டில் உலவிக் கொண்டிருக்கின்றனர். மரம், மட்டை, விலங்கு என எதையும் விட்டு வைக்காமல், சுத்தமாகத் துடைத்துக்கொண்டு போகிற கூட்டு மனம் இவர்களுடையது. இயற்கையைச் சுத்தமாக தங்களிடம் இருந்து விலக்கி வைக்கிற கூட்டு மனம் அது. அது பட்டுத்தான் திருந்தும். காட்டில்தான் இப்படி நடந்து கொள்கிறார்கள். நிலத்தில் விலங்கு களை எப்படி நடத்துகிறார்கள்? நீங்களே பார்த்திருப்பீர்கள். மூன்றாவது மாடியில் நின்றுகொண்டு, நாயை லாலி பாடி ஆட்டித் தூர எறிந்து கொன்ற செய்தியைப் பார்த்திருப்பீர்கள்தானே? அவர்கள் அத்தனை பேரும் மருத்துவ மாணவர்கள் என்பதும் குறிப்பிடத்தக்கது. உயிரைக் காக்கிற கைகள் உயிரைப் பந்துபோல் வைத்து உருட்டி விளையாடின. நாயைக் கொல்வது தப்பில்லை என்கிற மனம் இருந்தாலொழிய அதைத் தைரியமாகச் செய்ய முடியாது.

தரையில் விலங்கு நேசர்கள் என்று இருப்பவர்களையெல்லாம் பார்க்கும்போது ஒரு பொதுச் சித்திரம் கிடைக்கிறது. அவர்கள் கருணையாளர்களாக இருக்கிறார்கள். நண்பர் ஒருத்தர் சாலையில் கார் ஒன்றில் அடிபட்ட நாய்க் குட்டியைப் பார்த்து பரிதாபப்பட்டு தூக்கிக்கொண்டு வந்து வளர்த்தார். அந்த நாயை ஒரு ஆளாகவும் பாடுபட்டு வளர்த்தும் விட்டார். அந்த நண்பரின் செய்கையை, கூடுகைகளில் சொல்லும்போது கூட இருக்கும் நண்பர்கள் எல்லோருமே, "வேலைய விட்டுட்டு முட்டாள்தனமான வேலையை செஞ்சுக்கிட்டு இருக்க" எனக் கண்டித்தார்கள். இன்னும் சிலர் ஒருபடி மேலே போய் நண்பரின் மனநிலை மீதே சந்தேகம் கொண்டார்கள். அவர்கள் கணக்குப்படி வலியில் துடிக்கும் ஒரு உயிருக்கு அளிக்கும் ஆதரவு என்பது ஒரு வகையான மனப் பிறழ்வு. இதே விஷயத்தை பெண் நண்பர்களின் கூடுகையின்போது சொன்னேன். சொல்லி வைத்த மாதிரி எல்லோருமே "ஸோ க்யூட்" என்றார்கள். ஒரு பெண் தோழி

'செலவுக்கு எவ்வளவு வேண்டும் என்று சொல்' என உடனடியாக காசோலைப் புத்தகத்தைத் தூக்கினார். அந்தக் குட்டி நாய்க்கு எதைச் செய்வதற்கும் அவர்கள் உடனடியாகத் தயாரானார்கள்.

அவர்களின் கண்களில் கருணை கரைபுரண்டு ஓடியது. இதே மாதிரியான ஒளியை எங்களூரில் இருக்கிற மாதா சிலையின் கண்களில்தான் அதற்கு முன்னர் பார்த்திருந்தேன். இயல்பாகவே அடிபடும் விலங்குகள் அடிபட்ட விலங்குகள் குறித்து கருணை கொள்கின்றன. மாட்டை அடிப்பதுபோல அடிக்கிறார் என்கிற வாக்கியம் எப்போதெல்லாம் உபயோகப்படுத்தப்படுகிறது என்பதைக் கூர்ந்து பார்த்தால், தரையில் அடிபடும் விலங்குகளின் கருணை குறித்து நன்றாகவே புரிந்துகொள்ள முடியும். பெண்களிடம் இருந்து ஆண்கள் எதைக் கற்கிறார்களோ இல்லையோ, இயற்கை சார்ந்த இந்தக் கருணையை அவர்களிடமிருந்து கற்றுக்கொள்ள வேண்டும் என்று தோன்றுகிறது.

ஒரு விஷயத்தைப் புரிந்துகொள்ள வேண்டும். இன்றைக்கு உலகில் ஒவ்வொரு துறை சார்ந்தும் புதிய பார்வைகள் உருவாகிக் கொண்டிருக்கின்றன. திரட்டித் தொகுக்கப்படும் அது மாதிரியான பார்வைகள்தான் இனி எதிர்கால உலகை வழிநடத்தும். மனிதனை முன்வைத்து இந்தப் பிரபஞ்சத்தைப் பார்க்கும் பார்வை தவறானது என்கிற சரியான பார்வை உருவாகிவிட்டது. பிரபஞ்சம் மனிதனுக்கு மட்டும் சொந்தமல்ல. அது அதில் வசிக்கும் எல்லா உயிர்களுக்கும் சொந்தமானதுதான். சிற்றெறும்பிற்கும் சொந்தமான காடுதான் அது. அது சிற்றெறும்பு என யார் தீர்மானிப்பது? தன்னை யானையாகக்கூட அது பாவித்துக்கொண்டு நடை பயிலலாம் காட்டில். தவிர உயரம் என்பது ஒவ்வொருத்தரின் பார்வை தூரத்தைப் பொறுத்ததும்கூட. என் உயரம் எனக்கு எதிரே இருக்கிற நாவல் மரம்தான். கழுகின் உயரம் மலைச் சிகரங்கள் என்பதாகக்கூட இருக்கலாம் இல்லையா? இந்தப் பார்வை இனி வரும் தலைமுறையிடம் அழுத்தமாக உள்நிறுத்தப்பட வேண்டும். நாயைக் கொல்கிற கரங்களிடம் இருந்து பழைய பார்வையை உருவித் தூக்கிப் போட முடியாதா என்ன?

துவங்கும்போதே எந்த ஒரு செயலும் மிகச் சரியாகத் துவங்கப்பட்ட வேண்டும். உருவாகிற தலைமுறைக்கு இயற்கையின் மீதான கருணையைப் பெண்கள்தானே கற்றுத் தரவேண்டும்? அவர்கள் சொன்னால்தானே யானைகூட தலையாட்டிக்கொண்டு சத்தம் காட்டாமல் காட்டிற்குள் திரும்பி ஓடிக் கொண்டிருக்கிறது. சங்க இலக்கியத்தில் புலியை முறத்தால் விரட்டிய பெண் என்று நீண்ட காலமாகச் சொல்லிக் கொண்டிருக்கிறார்கள். எனக்கென்னவோ

அவர் இப்படித்தான் சொல்லியிருப்பார் என்று தோன்றுகிறது. 'போ ராசா. கூறு கெட்ட பயபுள்ளைக தெரியாம உன்னோட எடத்துக்கு வந்துட்டாங்க. புள்ள குட்டில்லாம் இருக்கு. போயிடு ராசா.' இப்படியான வார்த்தைகளைக் கேட்ட பிறகுதானே அந்த யானை காட்டுக்குள் ஓடியது. விலங்குகளுக்கு இருக்கிற கருணைகூட மனிதர்களுக்கு இல்லை என்பது துரதிர்ஷ்டவசமானது. மனிதன் தன்னை எப்போது மனிதன் என உணர்ந்தானோ அப்போதே கருணையைத் தொலைத்துவிட்டான்.

18

பயமென்பது ஒரு பழக்கம்!

தென்னை மரங்கள் சூழ்ந்த அந்தத் தோப்பில், கசப்பைத் தாண்டி அடியாழத்தில் இனிப்பைப் பொதித்து வைத்திருக்கும் வேப்பம் பழங்களை அருளும் மரமொன்றின் உச்சாணியில் கட்டப்பட்டிருந்த ஊஞ்சலில் ஆடியபடி அவரது கதையைச் சொன்னார். மஞ்சள் வெயில் அவரது முகத்தில் விழுவதும் மறைவதுமாய் இருந்தது. ஒளியும் கரும் நிழலும் போட்டி போட்டுக்கொண்டு அந்தக் கதையைக் கேட்டபடி உடன் வந்தன. வாழ வேண்டுமென்கிற வேட்கையில் மின்மினிப் பூச்சிகளின் ஒளியை விரட்டிச் செல்லும் விட்டில்களைப்போல வாழ்க்கை என எப்போதோ நண்பன் தேவராஜ் எழுதிய கவிதை அந்தச் சூழலில் நினைவிற்கு வந்தது. அந்தக் கதையைச் சொல்லும்போது அவருடைய தன்னம்பிக்கையை அவரது உடல்மொழி ஊஞ்சலின் ஆட்டத்தை மீறி வெளிப்படுத்திய படியும் இருந்தது. நாற்பது வயது ஆன அந்த நண்பரை அதற்கு முன் நண்பர்களின் கூடுகைகளில் சந்தித்திருக்கிறேன். ஒரு நிமிடம்கூட அவரை ஒரு இடத்தில் இழுத்துப் பிடித்து அமர வைக்க முடியாது. துறுதுறுவென்று சுற்றிக் கொண்டிருப்பார்.

துக்கமே இல்லாத நபர் எனத்தான் அதற்கு முன்னர் அவரைப் பற்றி எண்ணியிருந்தேன். எந்த நேரமும் சிரித்தபடி வலைய வரும் அவரைப் பற்றி இவ்வாறுதான் சித்திரம் வரைய முடியும். ஆனால் அவருக்குப் பின்னே கருமையின் நிழல் படிந்த கதையும் இருந்தது. அந்தக் கருமையைத் துடுப்புப் போட்டு அவர் கடந்து வந்த அடர் பாதையுமிருந்தது. 2008 ஆம் வருடம் அவருக்கு லுக்கீமியா என்கிற

ரத்தப் புற்று நோய் வந்திருக்கிறது. ரத்தப் புற்று நோய் வந்துவிட்டால் மரணம்தான் என உள்ளூர் மருத்துவர்கள் அனைவரும் கைவிரித்து விட்டனர். இயல்பிலேயே வசதியான குடும்பத்தைச் சேர்ந்த அவர் பத்தாம் வகுப்பு மட்டுமே படித்திருக்கிறார். இந்தச் செய்தியை அவர் தனது குடும்பத்தினர் யாரிடமும் பகிர்ந்து கொள்ளவில்லை. இரண்டு மாதங்கள் தோட்டத்தில் இருக்கிற அறைக்குள் போய் அமர்ந்து கொண்டு தனித்திருந்திருக்கிறார். என்ன ஏதென்று விசாரித்தவர் களிடம்கூட உண்மை எதையும் சொல்லவில்லை.

மனைவி குழந்தைகளைப் பற்றி யோசிக்க யோசிக்க வாழ்ந்தே ஆகவேண்டும் என்கிற வெறி ஏறி வந்திருக்கிறது. தனக்கு வந்த நோய் குறித்துத் தேடித் தேடிப் படித்திருக்கிறார். தற்செயலாக இணையத்தில் அவர் தேடிய கொழுகம்பு கிடைத்துவிட்டது. தான் வாழ்வதற்கான மருந்திருக்கிறது என்பதைக் கண்டுகொண்டார். மரணம் சம்பந்தமான பயம் அவரைப் படிக்க விரட்டியிருக்கிறது. தட்டுத் தடுமாறி ஆங்கிலத்தில் இருந்தவற்றைப் படித்து விளங்கிக் கொண்டார். உயிர் வாழ்வதற்கான எத்தனங்கள் கண்டங்களைக்கூடத் தாண்டச் செய்யும். க்ளைவிக் என்கிற மாத்திரை துணையோடு எஞ்சியிருக்கிற காலத்தை நல்லபடியாகவே வாழ்ந்து முடித்துவிட முடியும் என்கிற நம்பிக்கைக்கும் வந்துவிட்டார். மருத்துவமனை அலைச்சல்களின்போது, தான் பார்க்க நேர்ந்த சம்பவம் ஒன்றையும் சொன்னார். பதினாறு வயதுப் பையன் ஒருத்தனுக்கு இதேபோல நோய் வந்தபோது, முகத்திற்கு நேராகவே விவரம் தெரியாத மருத்துவர்கள் சிலர் கைவிரித்தபோது, வீட்டிற்குப் போன உடனேயே தூக்கிட்டுத் தற்கொலை செய்துகொண்டானாம் அவன். உண்மையில் அவனால் இதுபோன்ற மாத்திரைகளின் துணையோடு வாழ்ந்திருக்க முடியும். ‘‘பயம் முதலில் மனதின் கட்டுப்பாட்டில்தான் கை வைக்கிறது. மனதைக் கைவிடுவதுதான் இருப்பதிலேயே ஆகக் கொடூரமானது என்பதை அந்தச் சம்பவம் எனக்கு சொல்லித் தந்தது’’ என்றார்.

மரணத்தின் விளிம்பில் நின்று மீண்டவர்களின் வார்த்தைகளுக்கு வலிமை அதிகம். பயணங்களில் பல்வேறு வகைப்பட்ட மனிதர்களைச் சந்திக்கிற போதெல்லாம், இக்கட்டான காலகட்டங்களில் ஒரு வார்த்தையை அழுத்தமாக மறுபடி மறுபடி சொல்லக் கேட்கிறேன். உடைந்து அமர்ந்திருந்த தருணமொன்றில் பாட்டியொன்று ஆதரவாகப் பக்கத்தில் அமர்ந்துகொண்டு, ‘‘மனசை மட்டும் விட்டுராத கண்ணு. மத்தத ஆண்டவன் பாத்துக்குவான்’’ என்றார். ஆண்டவன் என்று நம்பப்படும் சக்திகள் எண்ணங்களடங்கிய வாழ்க்கையை நம்முடைய கையில் கொடுத்துவிட்டு உயிர் என்கிற லக்கானை மட்டும் அவர்கள்

கையில் வைத்திருக்கிறார்களோ என்று படுகிறது. ஓடுவது நம் வேலைதான் இல்லையா?

எனக்குத் தெரிந்த தோழியொருத்தருக்கும் இதேபோல காலில் புற்றுநோய் வந்தது. காலை எடுக்கலாம், எடுக்காமலும் இருக்கலாம் என்கிற விவாதங்கள் மருத்துவமனை வட்டாரங்களில் ஓடிக் கொண்டிருந்தன. உறவினர்கள் காலை எடுத்தாலும் பரவாயில்லை என்கிற மனநிலைக்கு அந்தத் தோழியை நகர்த்திக் கொண்டிருந்தனர். இத்தனைக்கும் அவருக்கு எட்டு வயதில் ஒரு மகன் இருக்கிறான். அந்தச் சிறுவன்கூட தன் தாய்க்கு நம்பிக்கை வார்த்தையை விதைத்திருக்கிறான். 'கால் போனா என்னம்மா. நான் உங்களைத் தாங்கிக்குவேன்' என்பதை அவனுக்குத் தெரிந்த மொழியில் அவனுடைய அம்மாவிற்கு விளக்கியிருக்கிறான். எந்த நம்பிக்கைகளும் அவரைக் கரை சேர்க்கவில்லை. ஒருநாள் அதிகாலை குளியலறைக்குள் போய் தூக்கிட்டுத் தற்கொலை செய்துகொண்டார் அந்தத் தோழி. அந்தச் சாவிற்கு வந்த அனைவருமே, ''மனசை விட்டுட்டா அவ. அதுக்கு மேல யாராலயும் தாங்கிப் பிடிக்க முடியாது'' என்றார்கள்.

அவருக்காவது காலை எடுக்க வேண்டும் என்கிற இக்கட்டு முளைத்து வந்தது. ஆனால் சமீபமாக பார்க்கிற இளைஞர்களிடம் சின்னச் சின்ன விஷயங்களுக்குக்கூட இந்த மனசை விடும் போக்கை கண்கூடாகப் பார்க்க முடிகிறது. உப்புப் பெறாத விஷயங்களுக்குக்கூட ஒடிந்து போகிறார்கள். எட்டு அரியர் வைத்த பையன் இனி தன்னால் பரிட்சையில் தேறவே முடியாது என்கிற ஆழமான அவநம்பிக்கைக்கு வெகுசீக்கிரமே வந்து சேர்ந்துவிட்டான். எவ்வளவோ தன்னம்பிக்கைக் கதைகளை அவனுக்குள் விதைத்தபோதும், அதற்கடுத்து அவன் பரிட்சை எழுதப் போகவே இல்லை. ஒரு புரிதலுக்காகச் சொல்கிறேன். பொதுவாகவே வளர்ந்து வரும் தலைமுறையை ஒருவிதத்தில் மனம், உடல் என இரண்டு விஷயங்களிலும் நோஞ்சான் தலைமுறையாகத் தான் வளர்த்து எடுத்துக் கொண்டிருக்கிறோமோ என்கிற ஆழமான அச்சம் எனக்குள் இருக்கிறது.

அவர்கள் முக்கியமாக உடல் வலு இல்லாத தலைமுறையாகவும் இருக்கிறார்கள். உடல்வலுவிற்கும் மன வலிமைக்கும் ஏதோ ஒருவகையில் தொடர்பு இருக்கத்தான் செய்கிறது. ஓடியாடி உடல் வலுவைப் பெருக்கி வைத்திருப்பவர்களைப் பக்கத்தில் போய்ப் பார்த்தால் மற்றவர்களைக் காட்டிலும் அவர்களுக்கு மனவலிமை ஒரு நூல் அளவாவது மிகுதியாக இருக்கிறது. ஓடவே ஓடாத இந்தத் தலைமுறை, பாதையில் சிறு தடங்கல் வந்தால்கூட தலைகுப்புற தங்களைக் கவிழ்த்துக் கொள்கின்றனர். மரணம் தாண்டிய மற்ற விஷயங்களையும் சேர்த்துத்தான் சொல்கிறேன்.

மூன்று வருடங்களில் நான்கு தொழில்களை நடத்தி இழுத்து மூடிய இளைஞர் ஒருவரைச் சந்தித்தேன். எந்த வணிகமாக இருந்தாலும் அது வெற்றியடைவதற்கு அதற்கான காலத்தை எடுத்துக் கொள்ளத் தான் செய்யும் என்கிற எளிய உண்மையைக்கூட அவர் அறிந்து கொள்ள விரும்பாதவராக, அல்லது கற்பிக்கப்படாதவராக இருந்தார். பணம் கொடுக்க வீட்டில் தயாராக இருக்கிறார்கள் என்பதற்காக, கைக் கொள்முதல்களைப் போட்டு நஷ்டங்களை உருவாக்கிக் கொண்டிருந்தார் அவர். என்ன காரணம் என ஆழமாகத் தோண்டிய போது, ''முடியாட்டி விட்டுருன்னுதான் இதுவரை எல்லாரும் எங்க வீட்டில சொல்லிருக்காங்க. விரட்டிப் பிடின்னு சொன்னதே இல்லை. அதனால எதையும் விரட்டிப் பிடிக்கத் தோண மாட்டேங்குது சார். பிரச்சினைகள் வர்றப்ப தப்பிச்சுப் போயிடலாம்னுதான் முதல்ல தோணுது'' என்றார்.

இதற்கு நேரெதிரான மனநிலையைச் சொத்தாக வரித்துக்கொண்ட இன்னொரு தலைமுறையைச் சேர்ந்த ஒரு மனிதரைச் சந்தித்தேன். அவர் தொழிற்சாலை ஒன்றில் அதன் உரிமையாளருக்கு எல்லாமுமாக இருந்தார். கணக்கு வழக்குகள் எல்லாவற்றையும் அவர்தான் பார்த்துக் கொண்டிருந்தார். வியாபாரம் நொடிந்து உரிமையாளரின் தோளில் பெருங்கடன் ஏறி அமர்ந்துவிட்டது. அதன் நிமித்தமான வட்டிகளும் குட்டி போட்டுவிட்டன. ஒருநாள் அந்தத் தொழிற்சாலையின் உரிமையாளர் கடன் பயத்தில் ஊரை விட்டே குடும்பத்தோடு ஓடிப் போய்விட்டார். கடன்காரர்கள் அத்தனை பேரும் கையில் கத்தி கம்புகளுடன் வந்து நின்றிருக்கிறார்கள்.

அதற்கடுத்து நடந்ததுதான் அதிசயம். கணக்கு வழக்குகளைப் பார்த்துக் கொண்டிருந்த அந்த மனிதர் தொழிற்சாலையை எடுத்து நடத்த ஆரம்பித்தார். ஒரு ஆலை மூன்று ஆலைகள் ஆயின. தொழிற் சாலையின் கடன்கள் எல்லாம் வட்டியோடு அடைக்கப்பட்டன. இன்றைய நிலையில் அவர் கோடீஸ்வரர். அவரை நம்பி பலநூறு பேர் வாழ்க்கையை நடத்திக் கொண்டிருக்கின்றனர்.

விஷயம் கேள்விப்பட்டு ஓடிப்போன பழைய உரிமையாளர் வந்து நின்றிருக்கிறார். அவரும் நல்ல மனிதர்தான். தனக்கென்று சிறிய தொகையொன்றை மட்டும் வாங்கிக்கொண்டு தொழிற்சாலையை இவர் வசமே முழுவதுமாக ஒப்படைத்துவிட்டு ஒதுங்கி வாழத் தயாராகிவிட்டார். எப்படிச் சாத்தியமானது என்று அவரிடம் கேட்டேன். ''என்னோட ஓனர் ஓடிப் போன அன்னைக்கு எல்லாருமே கோபமா வந்து நின்னாங்க. கொல்லக்கூட அவங்க தயங்க மாட்டாங்கங்கற நிலைமைதான் இருந்துச்சு. நான் நினைச்சா சுவரேறி

தப்பிச்சு ஓடியிருந்திருக்கலாம். என்ன ஆனாலும் பயப்படக் கூடாதுன்னு உடனடியா முடிவெடுத்தேன். எல்லாரையும் கூப்ட்டு சொன்னேன். நீங்க அடிக்கலாம். குத்தலாம். ஒரு விஷயத்த மட்டும் தெரிஞ்சுக்கோங்க. அவரு ஓடிட்டார். இப்ப நானும் இந்த ஃபேக்டரி மட்டும்தான் இருக்கோம். இதையும் ஒடைச்சுட்டீங்கன்னா ஒருபோதும் உங்க காசு உங்களுக்கு திரும்ப வரவே வராது. அதுக்கு பதிலா எனக்கு இன்னும் கொஞ்சம் காசு கொடுத்து உதவுனீங்கன்னா, இதை நான் மீட்டெடுத்துடுவேன். உங்க காசும் பேங்க்ல போட்ட மாதிரி வட்டியோட திரும்பி வந்துடும்னு அவங்ககிட்ட பொறுமையா சொன்னேன். அதில கூட்டத்தில வந்த ஒருத்தர் சரி செஞ்சுதான் பாப்போம்னு முன்ன ஒரு கால எடுத்து வச்சார். மத்தத நான் முடிச்சுக் காட்டிட்டேன்'' என்றார் பெருமிதமாக. அன்றைய கொந்தளிப்பான நிலையில் அவரை நம்பியவர்கள் யாரும் இப்போது கெட்டுப் போய்விடவில்லை. 'பயத்தில மனச விடறது கெட்ட பழக்கம்' என்ற வார்த்தையை அழுத்தம் திருத்தமாக மறுபடி மறுபடி அந்தச் சந்திப்பின்போது என்னிடம் சொல்லிக் கொண்டிருந்தார்.

ப. சிங்காரத்தின் 'புயலிலே ஒரு தோணி' நாவலில் ஒரு இடத்தில் கதாநாயகன் பாண்டியன் ஒருத்தரைக் கொல்லப் போவார். என் நினைவு சரியாக இருந்தால் துப்பாக்கிகூட அவரிடம் இருந்தது என்று நினைக்கிறேன். ஆனால் அவர் அந்த மனிதரைச் சுட மாட்டார். இடுப்பில் கட்டப்பட்ட பொட்டலமொன்றைப் பொறுமையாகப் பிரித்து எடுத்து மேஜை மீது வைப்பார். வெண்மையான அந்தப் பொடியைத் தண்ணீரில் கலந்து குடித்த அந்த எதிராளி அடுத்த ஐந்து நிமிடத்தில் செத்துப் போவார். சாதாரண சீனிதான் அந்த வெண்ணிறப் பொடி. துப்பாக்கிக்கு வேலையே இல்லை. எப்படி இது சாத்திய மானது என இன்னொருத்தர் கேட்கும்போது அவர், 'அந்தப் பொடி அவனைக் கொல்லலை. அவனுக்குள் இருந்த பயம்தான் கொன்னுச்சு' என்கிற மாதிரி ஒரு வசனத்தை உச்சரிப்பார். உண்மையில் அந்த மனிதர் அந்த சீனியைத்தான் விஷம் என்று நினைத்துக்கொண்டார். இது ஏதோ நாவலில் சொல்லப்பட்ட கற்பனைக் கதை என்று எடுத்துக்கொள்ள வேண்டியதில்லை.

எனக்குத் தெரிந்த ஒருத்தர் மிகச் சாதாரண அறுவை சிகிச்சைக்காக மருத்துவமனையில் அனுமதிக்கப்பட்டார். உங்கள் உடலில் வேறு எந்தப் பிரச்சினைகளும் இல்லை என்று எவ்வளவோ சொன்ன பிறகும், அந்த அறுவை சிகிச்சை நல்லபடியாக முடிந்த அடுத்த நாள் மாரடைப்பில் செத்துப் போனார். அவரது மருத்துவ அறிக்கைகள் அத்தனையிலும் அவருக்கு வேறு எந்தப் பிரச்சினைகளும் இல்லை என்றே குறிப்பிடப்பட்டிருக்கின்றன. பாம்பு கடிபட்ட விஷத்தால்

சாகிறவர்களை விட, அது கடித்துவிட்டதே என்கிற பயத்தால் சாகிறவர்கள்தான் இங்கே அதிகம். மரணத்தை வெல்வது மட்டு மில்லை, எதிர்வரும் சங்கடமான சூழ்நிலைகளையும் வெல்வதற் கான மனதிடத்தைப் புதிய தலைமுறைக்கும் கடத்துவதை ஒரு பொறுப்பாகவே வரித்துக்கொள்ள வேண்டும் என்று கருதுகிறேன்.

எதைத் தொட்டாலும் பயமும் தயக்கமுமாக நடைபோடும் அந்தத் தலைமுறையை அச்சமில்லாத, மனதை விட்டுவிடாத பாதையை நோக்கி நகர்த்த வேண்டியிருக்கிறது. எது குறித்த அச்சங்களும் இல்லாமல், மனமும் உடலும் திடமாகிவிட்டால் மதிப்பெண்க ளெல்லாம் ஒரு பொருட்டே இல்லை. நடு இரவில் காட்டுக் காவல் காக்க நின்றிருந்த எழுபது வயது முதியவர் ஒருத்தர் ஒருதடவை, ''யானை, பன்னி, பாம்பு, பேய், முனின்னு எனக்கு எது மேலயும் பயமில்லைங்க. மனசு கட்டுப்பாட்டில இல்லாதப்ப மட்டும்தான் கொஞ்சம் பயந்துக்குவேன்'' என்றார். பயங்களில் இருந்து எது விடுவிக்கிறதோ அதுதான் தெய்வம் என ஒரு வரியை 'அஜ்வா' நாவலில் எழுதியிருக்கிறேன். எனக்குத் தெய்வம் அவர்தான். உங்களுக்கான தெய்வங்கள் அருகில்கூட இருப்பார்கள். தேடுவதும் ஓடுவதும் நம் கையில்!

19

தள்ளாடி மேலெழும் தலைமுறை!

ஒருத்தனின் கதையொன்றின் வழியாக ஒட்டுமொத்த தலைமுறையும் தப்பிப் பிழைக்க எத்தனிப்பதைக் கடத்த விழைகிறேன். கடந்த மூன்று தலைமுறைகளாகத் தொட்டுத் தொடரும் துயரம் இது. வெக்கையில் உழலும் எருக்கம் பூக்களும் தப்ப முடியவில்லை இதில். மலைக் குளுகுளுப்பில் வளரும் காட்டுச் சேம்பு இலைகளும் தப்பவில்லை. உதிர்ந்து வாடிய காட்டுச் சேம்பு இலையொன்றைப்போல எனக்கு முன்னால் அமர்ந்திருந்தான் விக்டர். என் கல்லூரிக்கால நண்பன். அரும்பு மீசை துருத்திக் கொண்டிருந்த காலத்தில் கிதாரில், 'மன்றம் வந்த தென்றலுக்கு' பாடலை இசைத்ததை என் கண் முன்னால் கொண்டுவந்து பார்த்தேன். குதூகலமாய் இருந்த காலத்தின் சாட்சியமாய் இப்போது சிறு இசைகளை மட்டுமே அவனால் கிதாரில் மீட்க முடிந்தது. வாடி வதங்கியிருந்த முகமெங்கும் துயரத்தின் ரேகைகள்.

கடந்த இருபது வருடங்களாகக் காணாமல் போயிருந்தான். வெளிச்சம் ஒளிக் கற்றைகளாக உள் விழும், பழைய பிரிட்டிஷ் மலை பங்களாவில் மனம் திருந்திய மைந்தனாய் அமர்ந்திருந்தபோது, அவனுக்கு முன்னால் இருந்த பியானோவை திடீரென வாசிக்க ஆரம்பித்தான். மறுபடி அவன் உற்சாக மனநிலைக்குத் தாவியபோது தூறலைச் சுமந்து கொண்டிருக்கும் மேகம் பனித் திரைபோல எங்களிருவருக்குள்ளும் புகுந்து கடந்து போனது. அவனையறியாமல் சொட்டுச் சொட்டாகக் கண்ணீர் அந்த நூறாண்டுகால பழமையான

பியானோவின் மீது விழுந்தது. வயதான ஒற்றைக் காட்டு யானையின் பிளிறல் சத்தம் அந்தப் பியானோவில் இருந்து மேலெழுந்து வந்தது.

''அந்தக் காலத்திலேயே நான் 1124 மார்க் எடுத்தேன் மக்கா. எங்கப்பா ரிசல்ட் வந்தன்னைக்கு உனக்கு என்ன வேணும்னு கேட்டார். என்ன கேட்கறதுன்னே தெரியலை. எனக்கு புரோட்டா வாங்கித் தருவீங்களான்னு கேட்டேன். அந்தளவிற்கு அப்பாவியாக இருந்தேன்'' என்றபடி அவனுடைய கதையைச் சொல்ல ஆரம்பித்தான். அதற்கடுத்து அவன் கராத்தே வகுப்புக்குப் போனான். கால்பந்து விளையாடப் போனான். கல்லூரி அணிக்கு விளையாடினான். ''போதையில உடம்பையும் மனசையும் விட்டுட்டேன் மக்கா'' என்று சொல்லிவிட்டு அவனுடைய பழைய குடும்பப் பெருமிதங்களைச் சொல்ல ஆரம்பித்தான். ''அந்தக் காலத்திலயே ஊர் பொதுக் காரியத்துக்கு எங்க குடும்பம் ஐம்பது ஏக்கர் நிலத்தைக் கொடுத்தோம். நான் சின்னப் பையனா இருந்தாலும் 'உனக்கும் கொடுக்க சம்மதமா'ன்னு பெரிய மனுஷன்போல நினைச்சு கேட்டாங்க. நானும் சம்மதம்னு சொன்னேன். இன்னைக்கு என் கையில வெறும் நாற்பது செண்ட் நிலம் மட்டும்தான் இருக்குதுன்னா அதுக்குக் காரணம் நான் கையில் எடுத்துக்கிட்ட போதைதான்'' என்று அவன் சொல்லச் சொல்ல அவனது பழைய பெருமிதம் கலந்த வாழ்க்கை என் கண் முன்னால் விரிந்தது.

அவனுடைய அப்பா இருந்தவரை முடிந்தளவிற்கு எல்லா வற்றையும் பொத்திப் பொத்திப் பாதுகாத்திருக்கிறார். இவனையும் கூட ஒரு நிலத்தைப் பக்குவப்படுத்துவதைப்போலதான் உழுது கிளறி மேல் கொண்டுவரப் போராடியிருக்கிறார். போதை எல்லா நம்பிக்கைகளையும் அடித்துச் சாய்த்துவிட்டது. போதை ஒரு பூரான் மாதிரி அவர்கள் வாழ்க்கையில் ஊர்ந்துவிட்டது. எல்லாச் சொத்துக் களையும் விற்றுக் குடித்து அழித்துவிட்டான். புரோட்டா கேட்ட அறியாத வயது சின்னப் பயலின் குடி அழிந்ததைப் பார்த்துப் பொறுக்க முடியாத அப்பா துயரைத் தாங்க முடியாமல் செத்துப் போனார்.

''என்னோட பையன் அன்னைக்கு அப்பா இவ்ளோ மார்க் எடுத்திருக்கேன்னு வந்து நின்னான். என் அப்பா மாதிரியே நான் என்னை நினைத்துக்கொண்டு உனக்கு என்ன வேணும்னு கேட்டேன். போதைய விட்டுருங்கப்பான்னு சொன்னதும் கொஞ்சம் ஆடிப் போயிட்டேன் மக்கா. ஒரு வாழ்க்கையை முழுசா போதையோட பிடிக்கு கொடுத்திட்டேன். இப்ப வாழணும்னு ஆசை வந்திருச்சு மக்கா. ஆனா உடம்பும் மனசும் கைவிட்டுருச்சு'' எனக் குலுங்கி அழ ஆரம்பித்துவிட்டான். விக்டர் மட்டுமல்ல. சென்னையில் விளம்பரக்

கம்பெனி நடத்தும் பார்த்தசாரதியும் இதே விஷயத்தைத்தான் அவனது வட்டார வழக்கில் சொன்னான். "யாராச்சும் கடவுள் வந்து என்னை இதிலிருந்து தூக்கி வெளியே போட மாட்டாங்களா..." எனக் கதறியழுதான். நாளொன்றிற்கு நாற்பதாயிரம் ரூபாய் சம்பாதிக்கிற திராணியுள்ளவன் கைகள் நடுங்க ஒரு குவார்ட்டர் பாட்டிலுக்குத் தெருத் தெருவாகக் கையேந்திக் கொண்டிருந்தான்.

"வெக்கத்த விட்டு சொல்றேங்க. இவன் துடிக்கிறதப் பாத்து பொறுக்க முடியாம வேலை பாக்குற வீட்டுல கெஞ்சிக் கூத்தாடி இருநூறு ரூவா வாங்கிட்டுப் போயி ஒயின்ஷாப்பில பிராந்தி வாங்கிட்டு வந்து சேலைக்குள்ள மறைச்சு எடுத்துட்டு வந்து குடுப்பேன்" என எழுபது வயதுள்ள அந்தத் தாய் கண்ணீர் விட்டுச் சொன்னபோது அவன் தாயை இழுத்துப் பிடித்து போதையில் முத்தம் கொடுத்தான். மகாராணி போல வாழவேண்டிய அந்த ஏழைத் தாய் அவனைத் தள்ளி விட்டு விட்டு சிரித்துக்கொண்டே "இந்தப் பாசம்தாங்க என் கண்ணை மறைச்சிருது. அவங்கப்பா சாகும்போது இவனுக்கு பத்து வயசு. அவர் செத்த வீட்டுக்குள்ள வந்து இப்படித்தான் அழுதுக்கிட்டு இருந்த எனக்கு முத்தம் கொடுத்திட்டு ஓடினான். சில நேரங்கள்ள மருந்தக் கலக்கி சோத்தில போட்டு இவனையும் கொன்னுட்டு நானும் செத்துரலாம்னுகூட தோணுச்சு" என்றார்.

விக்டரும் பார்த்த சாரதியும் என்னுடைய தலைமுறையின் பிரதிநிதிகள். எங்களுக்கு முன்பிருந்த தலைமுறையும் இப்படித்தான் இருந்தது. பெருஞ்சொத்துக்கள் இருந்த குடும்பத்தில் பிறந்த மூத்த மகனான என் மாமா இப்படித்தான் குடித்து அழிந்தார். இரண்டு கிட்னிகளும் பழுதாகி கடைசியில் கோவையில் உள்ள ரயில்வே பிளாட்பாரத்தில் செத்துக் கிடந்தார். 'எதைன்னாலும் தொடு மாப்பிள்ளை. போதைய மட்டும் தொட்டுராத' என ஒருசமயம் குடியினூடே அவர் சொன்னது இன்னமும் காதில் ஒலிக்கிறது. என்னுடன் பள்ளியில் படித்த ராஜேஸ் பாண்டியனின் அப்பாவை தினமும் சாக்கடையில் இருந்து தூக்கிக்கொண்டு வருவார்கள். காலையில் வெள்ளை வெளேர் டெரிக்காட்டன் உடைகள் அணிந்து கிளம்புகிறவர் இரவு சாக்கடையில் தோய்த்து அவற்றைத் திரும்பக் கொண்டுவருவார். பள்ளியில் பையன்களின் கிண்டலைத் தாங்க முடியாமல் தலையைக் குனிந்து நாடி நெஞ்சை முட்டுகிற மாதிரி அமர்ந்திருப்பான். கடைசியாய் ஒருதடவை பார்த்துப் பேசிக் கொண்டிருந்தபோதுகூட அவன் அப்படித்தான் அமர்ந்திருந்தான். அவனுடைய அப்பா பரிசளித்த தொட்டில் பழக்கத்தை இன்னமும் தூக்கிக் கடாச முடியவில்லை. அந்த அவமானத்தை ஆண்டுகள் கடந்தும் கடக்க முடியவில்லை அவனால்.

வயற்காட்டு வேலைக்கு வந்த அம்மா ஒருத்தர் தயங்கித் தயங்கி ஒருதடவை நூறு ரூபாய் கேட்டார். அதை அவமானகரமான சமிக்ஞைகளுடன் வாங்கிக்கொண்டு, ''பிச்சையெடுக்கிறோம்னு நெனைச்சிராத மகனே. எங்களுக்கும் பதினாறு குழி நிலமிருந்துச்சு. இவர் போதை வெறியில இருந்தப்ப இவரோட பங்காளிக எழுதி வாங்கி ஏமாத்திட்டாங்க'' என்றார். அவருடைய பையனைப் பார்த்திருக்கிறேன். அவனும்கூட ராஜேஸ் பாண்டியன் மாதிரியே நெடுநெடுவென்று வளர்ந்திருந்தான். படிக்கவே செய்யாத அந்தப் பையனும் இப்போது காட்டு வேலைக்குப் போய்க் கொண்டிருக்கிறான். விக்டரின், பார்த்தசாரதியின், ராஜேஸ் பாண்டியனின் அப்பாவின் தலைமுறைக்கு முந்தைய அவர்களுடைய தாத்தாவின் தலைமுறை இதிலிருந்து தப்பிவிட்டது. 'இந்தச் சனியன விட்டுத் தொலைக்க மாட்டீங்களாப்பா' என அறிவுறுத்தும் ஆட்களைப் பார்த்தால் அத்தனை பேரும் எழுபது வயது கடந்த முதியவர்கள்.

இப்படி இந்தச் சுழலில் மாட்டிக்கொண்ட அத்தனை பேருமே ஒரே விஷயத்தையே மறுபடி மறுபடி சொல்கிறார்கள். 'ஏதாவதொரு ராட்சசக் கை இதிலிருந்து எங்களை வெளியே இழுத்து விடாதா' என ஏங்கிக் கொண்டிருக்கிறார்கள். இரண்டு தலைமுறைகளின் வாழ்க்கையைப் பதம் பார்த்த போதை எங்களது அடுத்த தலைமுறையையும் விட்டு வைக்கவில்லை. கடந்த வாரம்கூட தொலைக்காட்சியில் ஒரு செய்தி பார்த்தேன். சைக்கிள் ஒட்ட பயன்படும் திரவத்தை போதைக்காக தண்ணீரில் கலந்து குடித்த பள்ளி மாணவர்கள் மருத்துவமனையில் அனுமதிக்கப்பட்டிருந்தனர். கடந்த தலைமுறைகளைச் சேர்ந்தவர்கள். குடிப்பார்கள், புகைப்பார்கள். குறைந்தபட்சம் அதிலிருந்து மீள்வதற்கான வாய்ப்புகளாவது உண்டு.

ஆனால் எங்களுடைய அடுத்த தலைமுறை வித்துக்கள் இப்போது சர்வ சாதாரணமாக குடிக்கிறார்கள், புகைக்கிறார்கள், ஒட்டுகிறார்கள், குத்துகிறார்கள், நுகர்கிறார்கள், சப்புகிறார்கள். விதம் விதமான போதைகள் இங்கே வரிசை கட்டுகின்றன. பெயர்களைச் சொல்லி புதிதாக ஆற்றுப்படுத்திவிடக் கூடாது என்கிற கவனத்தில் சொல்லாமல் கடக்கிறேன். ஆயிரத்து ஐநூறு ரூபாய் விலையுள்ள நாக்கில் அடியில் ஒட்டுகிற விரலடக்க ஸ்டிக்கர்கள் சென்னையில் தாராளமாகக் கிடைக்கின்றன. ஐயாயிரம் ரூபாய் விலையுள்ள நுகரும் பவுடர்களை இலவச ஹோம் டெலிவரி செய்கிற அளவிற்கு வலைப் பின்னல் வந்துவிட்டது. அறுவை சிகிச்சைகளின்போது மட்டுமே குத்தவேண்டிய ஊசி மருந்துகளை இங்கே சாதாரணமாகப் போய் வாங்கிக்கொண்டு வந்துவிட முடியும். சென்னையும் கோவையும் இந்த விஷயத்தில் கொடி கட்டிப் பறக்கின்றன. இதையெல்லாம்

தடுக்க வேண்டியவர்களுக்கும் இந்த விஷயங்களெல்லாம் தெரிந்தே இருக்கின்றன என்பதுதான் இதிலுள்ள வேதனை. நுணுக்கமாக ஒரு விஷயத்தைச் சொல்ல வேண்டுமெனில், போதையின் நிமித்தமாக காமம் உடலெங்கும் ஊராத தலைமுறையாக அவர்கள் மட்டுப் பட்டும் வருகின்றனர்.

முந்தைய தலைமுறையைச் சேர்ந்தவர்களுக்கு போதை சம்பந்தமான ஆழ்ந்த குற்றவுணர்வு இருந்தது. அதை உட்கொள்ளும்போதுகூட குற்றவுணர்வோடுதான் அணுகுவார்கள். எங்களுக்கு அடுத்த தலைமுறை அடுத்த கட்டப் பாய்ச்சலுக்குப் போனதோடு மட்டு மல்லாமல், தேவையில்லாத சுமையெனக் கருதி கடைசி வாய்ப்பாக இருக்கும் குற்றவுணர்வையும் தூக்கி எறிந்திருக்கிறது. பதினெட்டு வயதுப் பையன் ஒருத்தனை அவனுடைய அப்பா அழைத்து வந்திருந்தார். ''இது என் வாழ்க்கை. இது எனக்கு பிடித்திருக்கிறது. இதிலிருந்து நான் ஏன் வெளியே வரவேண்டும்? எங்கப்பாவும்தான் டெய்லி பத்து தடவை காபி குடிக்கிறார். அதுமாதிரிதான் எனக்கிது'' எனத் தெளிவாகப் பேசினான். எதைத் தொலைத்தாலும் மீட்டு விடலாம். குற்றவுணர்வைத் தொலைத்துவிட்டால் எந்த ராட்சதக் கை வந்தாலும் மீட்டெடுக்க முடியாது.

நாற்பது வயதில் நாடி தளர்ந்த பிறகுதான் விக்டர் உடைந்தழுதான். எங்களது அடுத்த தலைமுறைக்கு இப்படியே போனால் முப்பது வயதிலேயே நாடி தளர்ந்துவிடும். உடல் வலுவே இல்லாதவர்களாக ஒரு தலைமுறை போதையின் பிடியில் சிக்கி வளர்வதைக் கண்டும் காணாமல் கடந்து போகிறோமா? ஒருமுறை தொழிலதிபர் ஒருத்தர் வித்தியாசமான காரணம் ஒன்றைச் சொன்னார். கட்டடத் தொழில் களுக்கு வட மாநிலங்களைச் சார்ந்தவர்கள் வருவதற்கு ஆயிரம் காரணங்கள் இருக்கலாம். பெரிய பெரிய கட்டுமானங்களில் ஏறி இறங்குகிற உடல் பலத்தை இங்குள்ளவர்கள் குடியின் காரணமாக இழந்துவிட்டதும் மிக முக்கியமான காரணம் என்றார்.

அடுத்த தலைமுறையின் மீது ஒளிபாய்ச்சிப் பார்க்கிறபோது இது ஒரு சிறுகூட்டம்தான் என்பதையும் உணர முடிகிறது. எட்டு கோடி ஜனங்கள் இருக்கிற ஒரு கூட்டத்தில் சிறுகூட்டம் என்பதே இலட்சங்களைத் தாண்டும். இன்னொரு பக்கம் இதே தலைமுறை நம்பிக்கையான சித்திரத்தையும் வரைந்து காட்டுகிறார்கள். அவர்கள்தான் முன்னால் போய் நின்று அரசாங்க மதுக்கூடங்களை உடைக்கிறார்கள். அந்தப் போராட்டங்களைக் கூர்ந்து கவனித்துப் பார்த்திருக்கிறேன். உடைத்தவர்களில் ஒருத்தர்கூட பயன்பாட்டிற் கென அதிலிருந்து ஒரு பாட்டிலைக்கூட எடுத்துப் போகவில்லை.

தைப்பூசத்திற்காக நடைப்பயணம் போகும் இளைஞர்கள் சிலரது உடல்களைப் பார்த்தேன். முறுக்கேறிய உடலோடு வேக நடை போட்டவர்களை அழைத்து நிறுத்திக் கேட்டேன். ''போதும்ணா போதை. எங்க அப்பாக்கள் காலத்தில விதைச்சத இப்ப அறுவடை பண்ணிக்கிட்டு இருக்கோம்'' என்றான் ஒரு இளைஞன். இரண்டு தலைமுறையாக தொட்டுத் தொடர்ந்த பாவத்தை, மீண்டு வாழ நினைக்கும் அடுத்த தலைமுறைக்கும் கடத்திவிடக் கூடாது. பாவம் ஒரு பூரானைப்போல ஊர்ந்து மேய்ந்துவிடும். அறிந்தும் தெரிந்தும் அறத்தினை உள்ளங்கைகளுக்குள் பொத்தி வைத்து விளையாடிக் கொண்டிருக்கிறது பொறுப்பான ராட்சதக் கை!

20

கூட்டாஞ் சோற்றுக் கணக்கு

கிராமத்திலிருந்து கிளம்பிப் போன, எல்லாம் சிறப்பாகவே சென்று கொண்டிருக்கிறது என்கிற நம்பிக்கையில் உழலும் நகரத்தான் மனநிலையை அடித்து நொறுக்குகிற மாதிரியான வாழ்க்கைகளை வழியெங்கும் பார்க்கிறேன். நகரம் ஒரு எல்லை தாண்டியதும் தன் காதுகளை இறுக்க மூடிக் கொள்கிறதோ என்றும் தோன்றத் துவங்கி விட்டது. நகரத்தின் இயல்பே அதுதானோ என்கிற கேள்வியும் தன்னியல்பாக எழுகிறது. பெரியவருக்கு எழுபது வயது இருக்கும். அவரின் மனைவியான அந்தம்மாவிற்கு அறுபது இருக்கும். ஒரே மகன் குடிகாரனாகி பொழைக்கத் தெரியாமல் கோவையில் கஷ்டப் பட்டுக் கொண்டிருக்கிறார். பேரப் புள்ளைகள் பற்றித்தான் எல்லா கவலையும் அவர்களுக்கு. எப்படியாவது மகனுக்கு ஒரு குட்டியானை வண்டி வாங்கிக் கொடுத்துவிட்டால் பிழைத்துக் கொள்வான் என அதற்காக கடுஞ்சீவனத்திற்கு இடையிலும் காசு சேர்க்கிறார்கள்.

என்ன நினைத்தாரோ பெரியவர், ஒரு அதிகாலையில் இருந்து என்னை அவருடைய பையன்போல் நடத்த ஆரம்பித்தார். 'தம்பிக்கு காபி கொடுத்து எழுப்பு' என அவர் மனைவியிடம் சொன்னது எனக்குக் கேட்டது. அந்தக் குரலில் ஒரு கனிவு இருந்தது. அவரது அனுமதிக்காகத்தான் அந்தம்மா காத்திருந்ததோ என்னவோ? வெகு சீக்கிரமே தத்தெடுத்துக் கொண்டார்கள். ஒரு தடவை கோவையில் இருந்து கிளம்பும்போது நண்பர்கள் நகரத்தின் தலைசிறந்த கேக் என்று சொல்லி நான்கைந்தை வாங்கிக்கொண்டு வந்து கொடுத்தார்கள். அதை அப்படியே கொண்டுபோய் அந்தம்மாவிடம் கொடுத்தேன்.

குத்துக்காலிட்டு அமர்ந்து அந்த கேக்கை சோற்றுக் கவளத்தை உருட்டுவதுபோல உருண்டை பிடித்துச் சாப்பிட்டதைப் பார்த்த போது சப்பென்று யாரோ முகத்தில் அடித்ததுபோல இருந்தது. இன்னமும் கேக்கையே எப்படிச் சாப்பிட வேண்டும் என்று தெரியாத அப்பாவிகளாய் அவர்களைக் காலம் வைத்திருக்கிறதா?

'ரெண்டு மூணு நாளா ஏதோ தட்டிக்கிட்டு இருந்தயே, அதை பண்ணலீயா இப்ப' என்பார் பெரியவர் போலியான கண்டிப்புக் குரலில். அக்கவுண்டன்சி பரிட்சைக்கு முதல் நாள் என்னுடைய அப்பா இதேமாதிரியான குரலில்தான் கேட்டார். அந்தம்மா நூறு நாள் வேலைத் திட்டத்தில் வேலை செய்கிறது. ரெண்டு நாள் சொந்த ஊர். ரெண்டு நாள் இங்கே என காலம் தள்ளும். அந்தம்மா வந்தால் பெரியவருக்கும் எனக்கும் கொண்டாட்டம்.

அசைவச் சாப்பாடு நடக்கும். கருவாட்டைக் கொண்டுவந்து ஏற்கெனவே வைத்துப் பழகிய குழம்பில் போட்டால், அசைவக் குழம்பு தயார். மற்ற நாட்களில் பெரியவர் சமையல்தான். நாங்கள் சமைத்தாலும் விட மாட்டார். சமையலென்றால் ஏதோ ஒரு காயைப் போட்டு குழம்பு வைத்துச் சோறு, அவ்வளவுதான். கத்தரி, அவரை, சுரைக்காயைத் தவிர வேறெதையும் பார்த்ததில்லை. காலிஃபிளவர் வாங்கிக்கொண்டு வந்தபோது அதைச் சமைக்க அவர்களுக்குத் தெரியவில்லை. காடு கரைகளில் ஓசியாய்க் கிடைக்கும் மாம்பழங் களைக் கொண்டுவரும் அந்தம்மா. இந்தயிடத்தில்தான் ஒரு விஷயத்தைச் சொல்லவேண்டும்.

கிராமங்களில் இருக்கும் வறுமைசூழ் மக்களுக்கு நாம் அநியாயம் செய்து கொண்டிருக்கிறோம். அதைப் பற்றி உரக்கப் பேச மறுக்கிறோம். அரிசிச் சாக்கைத் தைத்து போர்வை தயாரிக்கிறார்கள். எந்த பிராண்ட் அரிசிச் சாக்கு அடுத்த குளிர்காலம் வரை தாங்கும் என்கிற முறைப் பட்ட ஒரு கணக்கே இருக்கிறது. ஒட்டுமொத்த காலமும் கற்றுக் கொடுத்த கணக்கு அது. எளியவர்கள் மட்டுமே இப்படிப் போகிற போக்கில் எப்போதாவது கிடைக்கிற கணக்குகளை கப்பென பிடித்துக் கொள்கிறார்கள். ஒருதடவை பழ லோடு அடிக்கும் வண்டியில் இருந்து வாய் அடிபட்ட மாதுளம்பழத்தை எடுத்து வைத்திருந்தார். சென்னை பழமுதிர்ச் சோலை போன்ற இடங்களில் அவற்றைக் குப்பைத் தொட்டியில் மட்டுமே போடுவார்கள்.

பார்த்து பலமாகச் சத்தம் போட்டேன். வேறு பழங்கள் வாங்கிக் கொண்டுவந்து தருகிறேன் என்றேன். ''உன் சத்தியமா இனிமே சாப்பிட மாட்டேன்'' என அவர் தலையில் அடித்துக்கொண்டார் சின்னப் பிள்ளை மாதிரி. ''நல்லா சொல்லு... புத்தி வர

மாட்டேங்குது. கண்டதிலயும் வாய் வைக்கிற நாய்ப் பொழப்பா போயிருச்சு'' என்று காலை நீட்டிக்கொண்டு வெத்தலையைப் போட்டபடி அந்தம்மா சொன்னது.

இவர்கள் மட்டுமல்ல இப்படி. கழித்துப் போட்ட பழங்களில், பிள்ளைகளுக்கு எடுக்கறேன் என்று சொன்ன அக்காவை சத்தம் போட்டு கூடைப் பழத்தை எடுக்கச் சொன்னேன். அவர்களும் பல்வேறு பக்கங்களில் இருந்து இது மாதிரி கொண்டுவந்து தருவார்கள். எளக்காரமாகவெல்லாம் நடத்தக்கூடத் தோன்றாது. எளிய மனிதர்கள் என்பதால் வாங்கிச் சாப்பிட்டுக்கொள்வேன்.

அவர்கள் படும் பாடுகளைச் சொல்வார்கள். நாள் முழுக்க ரயில்வே ட்ராக் பக்கத்தில் கார்களின் கண்ணாடிகளைத் தேடி கைகளில் பழங்களை வைத்துக்கொண்டு விற்க ஓடுவார்கள். இறக்காத கார் கதவுகளில் அவர்கள் முகங்கள்தான் தெரியும் பல நேரங்களில். ஒருநாள் நின்று பார்ப்போம். உச்சி வெயிலில் வதங்கிச் செத்துப் போய்விடுவோம். மிஞ்சிப் போனால் ஒரு இருநூற்று ஐம்பது ரூபாய் கிடைக்கும். அதற்கே காலையில் ஐந்து மணிக்கு ஏலம் எடுப்பதில் துவங்கி வெயில் மங்குகிற வரை ஓட்டமும் நடையுமாய் இருக்க வேண்டும். ‘ஓடியோடி கால் வலிக்குது தம்பி. மெட்ராஸில இருந்து சுர்ருண்ணு பிடிக்கிற மாதிரி களிம்பு வாங்கிட்டு வந்தா தேவலை. பெரிய புண்ணியமா போகும்’ என ஒருதடவை ரயில்வே கேட்டில் பழம் விற்கும் காமாட்சி அம்மா கால்களை அழுத்தி விட்டுக் கொண்டே சொன்ன காட்சியை எப்போதும் மறக்க முடியாது. அவருடைய கணவர் பெருங்குடிகாரர். மூன்று பெண் பிள்ளைகள். முதல் பெண் தற்கொலை செய்துகொண்டதால் அந்த வழியில் வந்த பெண் குழந்தைகளையும் அவர்தான் வளர்த்துக் கொண்டிருக்கிறார். ‘பேத்தியும் என்னைத்தான் அம்மான்னு சொல்றா. கெடைக்கிற காசில இவள இங்கிலீஸ் ஸ்கூல்ல சேத்து படிக்க வைக்கிறேன். அது தெரிஞ்சா ப்ளேன்ல பறந்து போயி வேலை பார்ப்பா. நானும் காலாட்டிக்கிட்டே உக்காந்து சாப்பிடுவேன். அரசாங்கம் ஒழுங்கா இங்கிலீஸ் சொல்லித்தந்தா நான் எதுக்கு இப்படி வெயில்ல வதங்கி தனியார் ஸ்கூல்ல சேர்க்கப் போறேன்... சிவனேன்னு அங்க கொண்டுபோயி விட்டுட்டு வந்திருவேன்ல’ என காமாட்சி அக்கா அதற்குத் தெரிந்த விவரத்தில் சொன்னது நிச்சயம் யாருடைய காதுகளுக்கும் கேட்காது.

நானும் சில நாடுகளில் எளிய மனிதர்களைப் பார்த்திருக்கிறேன். ஓரளவிற்கு அங்குள்ள அரசுகள் அவர்களை மேம்படுத்தப் போராடுகின்றன. தைமூரில் ‘எங்கள் ஆட்களின் சம்பளம் இனி 140

டாலர்' என அந்த நாட்டு அரசே ஓனர்களுக்கு எஸ்.எம்.எஸ் செய்து விடும். அவர்களுடைய ஊர்த் தலைவர்களுக்கும் அனுப்பிவிடும். அங்குள்ள தொழிலாளர்களை நசுக்க முடியாது. நசுக்கப் போகிறோம் என்கிற எண்ணம் வந்தாலே அந்த நாட்டு அரசாங்கம் முந்திக் கொண்டு வந்து அலுவலக வாசலில் உட்கார்ந்து கொள்ளும். பஞ்சப் பராரிகள் வாழ்கிற தேசமது என்று அதைக் குற்றம் சாட்டிக் கடந்து விடலாம். ஆனால் அந்த நாட்டு அதிபர் 'தரமில்லாத ஒரு உணவுப் பொருளைக்கூட என்னுடைய நாட்டிற்குள் நுழைய விடமாட்டேன்' என மூன்றாண்டுகளுக்கு முன்பு சபதமே போட்டிருந்தார்.

பிரேசிலில் இருந்து கோழி வந்தால்தான் இறக்குமதியே செய்வோம், வேறு நாடுகளாக இருந்தால், இன்னின்ன சோதனைகளையெல்லாம் செய்து சான்றுக் கடிதம் தரவேண்டும் என உறுதியாக இருந்ததைப் பார்த்திருக்கிறேன். இங்கு நிலைமையைச் சொல்லியும் தெரிய வேண்டுமா? 'திறந்து வைத்திருக்கிறோம் குப்பைத் தொட்டியை, தூக்கி வந்து கொட்டு' என அறிவிக்கப்படாத அறைகூவலே இருக்கிறது. சோற்றுக் கஷ்டத்தால் செத்தார்கள் என்கிற செய்தியை அங்கிருந்த காலகட்டத்தில் நான் ஒருநாள்கூட கேட்டதில்லை.

இத்தகைய அனுபவங்கள் தந்த பின்னணியோடு இங்கிருக்கிற கிராமப்புற வறுமையை அருகில் இருந்து பார்க்கிறேன். இது நியாயமல்ல. குறைந்தபட்ச ஊதியத்தை அவர்களுக்கு உறுதி செய்ய வேண்டும். வெந்ததையும் நொந்ததையும் அவர்கள் சாப்பிடுவதைக் கண்ணெதிரில் பார்த்தேன். நான் பார்த்த சித்திரம் இது. கண்ணுக்குத் தட்டுப்படாமல் இன்னும் கோடிக்கணக்கான சிம்னி விளக்கு ஒளிகள் மறைந்து கிடக்கின்றன. அரசியல் கணக்கீடுகளின்படி இந்த மாதிரியான நிலைமை பெரும்பான்மையாகக்கூட இல்லாமல் இருக்கலாம். ஆனால் பசியென்று வரும்போது ஒற்றை சிம்னி விளக்கின் ஒளிகூட தீய்ந்து விடக்கூடாது என்பதுதானே அறம்?

என் மக்கள் என்கிற எளிய உணர்வுகூட இவர்களுக்கு ஏன் இல்லாமல் போனது. விமர்சனங்களெல்லாம் அவர் மீது இருக்கலாம் உங்களுக்கு. கிராமங்களைப் போய் தரிசியுங்கள். அறிந்து கொள்ளுங்கள் என காந்தி ஏன் சொன்னார் என்பது இப்போது புரிகிறது. எளிய மக்களின் துயரம் மிகவும் முக்கியமானது. நாலைந்து சட்டிப் பானைகள் இருக்கிற வீட்டில் ஒய்யாரமாக ஒரு கலர் டீவி உட்கார்ந்திருக்கிறது என்பது மட்டுமே ஒரே ஆறுதல்.

இந்த வறுமைக்கிடையிலும் வாழ்வில் அவர்கள் கடைப்பிடிக்கும் ஒழுங்குகள் வியக்க வைக்கின்றன. பையன் மாதிரி தர்றேன் என சொன்னால் ஒழிய ஒரு பொருளை ஏற்க மறுக்கிறார்கள். அவர்கள்

தந்தே பழக்கப்பட வேண்டுமென்று நினைக்கிறார்கள். 180 ரூபாய் கூலிக்காக எழுபது வயது மூதாட்டி காலை ஏழுமணி துவங்கி மதியம் இரண்டு மணி வரை குனிந்து நிமிர்ந்து களை எடுத்துக் கொண்டிருக்கிறார். ஒருநாள் வயதான அந்த அம்மா பேப்பர் பொட்டலமொன்றில் எதையோ எடுத்து மறைத்து வைத்துக்கொண்டு போனார். என்னது அது என்று கேட்டபோது, 'பேரனுக்கு எடுத்துட்டு போறேன்' என சங்கடமாக எடுத்துக் காட்டினார். காலையில் அந்தப் பெரியம்மா விற்கு சாப்பிடுவதற்காக வாங்கிக் கொடுத்த ஆறு ரூபாய் மதிப்பிலான வடை அது. ஊதிய ஏற்றத் தாழ்வுகள் இந்தளவிற்கு இருப்பது நல்லதல்ல. அது நியாயமானதும்கூட இல்லை. உடனடியாக இதைத்தான் முன்னிறுத்தி விவாதிக்க வேண்டும் என்று தோன்றுகிறது.

இத்தனை வருடங்கள் கழித்தும் கிராமப்புற வறுமை ஏன் தொடர்கிறது? உலகம் எல்லாவற்றையும் சுகித்து வாழ்வதற்காகத் தான் படைக்கப்பட்டிருக்கிறது. ஒருதடவை பெரியவரும் அவருடைய மனைவியும் நான்கைந்து நாட்களாக மறைந்து திரிந்து கூடிக் கூடிப் பேசிக் கொண்டிருந்தார்கள். என்ன விஷயம் என்று விசாரித்தபோது அவர்கள் சொன்ன விஷயத்தைக் கேட்டதும் ஒரு நிமிடம் ஆடிப் போய்விட்டேன். கூட்டாஞ்சோறு செய்யத் திட்ட மிடுகிறார்கள். பத்து ரூபாய்க்கு பீன்ஸ், ஏழு ரூபாய் விலையுள்ள சோயா பீன்ஸ் பொட்டலம், ஐந்து ரூபாய்க்கு கேரட் இவற்றை இந்த ஞாயித்துக் கிழமை சந்தையில் வாங்க வேண்டும் என்பதற்காகத்தான் அப்படிப் பேசிக் கொண்டிருந்திருக்கின்றனர். கடந்த பிறந்த நாளின் போது அங்கிருப்பதைத் தவிர்த்து வேறு இடத்திற்குக் கிளம்பி விட்டேன். அப்படிப் போனதற்கும் ஒரு காரணம் இருந்தது.

அவர்களின் பொருளாதாரத் தகுதிக்கு மீறி என்னுடைய பிறந்தநாள் அன்றெனத் தெரிந்தால் மெனக்கெடுவார்கள். அவர்களை வேறு எந்த வகையிலும் தொந்தரவு செய்துவிடக் கூடாது என்பதற்காகவே நகர்ந்தேன். அவர்களுக்கும் அது தெரிந்தே இருந்தது. 'எப்ப வர்ற?' என தொடர்ந்து தொலைபேசி செய்து கேட்டுக்கொண்டே இருந்தார்கள். நான் போனபோது கூட்டாஞ்சோறு வெந்து கொண்டிருந்தது.

21

ஊடுருவிப் பாய்பவர்கள்!

முழங்கால் அளவிருக்கிற சதுரக் கம்பித் தாங்குமேடையொன்றை ஊன்றியபடி தாங்கித் தாங்கி ஒவ்வொரு வியாழக்கிழமையும் அடியெடுத்து நடந்து போவார் அந்த ஐம்பது வயதுக்காரர். பின்னாலேயே நான் மெதுவாக காரை ஓட்டிக்கொண்டு போவேன். முதல் தடவை எனக்காக வழிவிடுவதற்கு பெருஞ்சிரமப்பட்டார். வலியில் அவரது சுருக்கம் விழுந்த வெள்ளிக் கம்பிகள் முளைத்த கருத்த தாடைகள் துடித்ததை காருக்குள் இருந்தே அறிய முடிந்தது. ஐந்து நிமிட பிரயத்தனங்களுக்குப் பிறகே அவரால் எனக்காக அந்தக் கருவேலம் முற்கள் அடர்ந்த ஒத்தையடிப் பாதையில் ஒதுங்கி வழி விட முடிந்தது.

விபத்தொன்றில் சிக்கி அவர் முற்றிலும் உருக்குலைந்து இருந்தார். அவரது அருகே போன நான் இனிமேல் எனக்காக பிரயத்தனப்பட்டு இப்படி பதறிக்கொண்டு வழிவிடத் தேவையில்லை என்று சொன்ன போது வலியை மீறிச் சிரித்தார். ஒவ்வொரு வியாழக்கிழமையும் ஏன் இப்படித் தன்னை வருத்திக்கொண்டு எங்கே நடந்து போகிறார் என்கிற கேள்வி இயல்பாகவே என்னுள் எழுந்தது.

அவர் இயலாதவர் என்பதால் நூறு நாள் வேலைத் திட்டத்திற்கு அந்தக் குறிப்பிட்ட நாளில் பெயர் கொடுக்கப் போகிறார் என்பது தெரிந்தது. அதுவரை நூறுநாள் வேலைத் திட்டம் குறித்து எனக்குச் சிக்கலான பார்வையே இருந்தது. வேலையே செய்யாமல் குளத்து மேட்டில் அமர்ந்து வெற்றிலையை மென்றபடி ஊர் நியாயம் பேசிக்

கொண்டிருக்கிறார்கள் என்றுகூட சில சமயங்களில் எழுதியிருக்கிறேன். ஆனால் வாழவே வழியில்லாதவர்கள் பலரின் பிழைப்பு அதை வைத்துத்தான் ஓடிக் கொண்டிருப்பதை அறிந்தபோது இந்தக் கோணத்தைச் சொல்லாமல் பொத்தாம் பொதுவாக எழுதியதற்காக வெட்கப்பட்டேன். அவர் மட்டுமல்ல அங்கு குவியும் பல முதியவர்களைப் பார்க்கிறேன். பலரால் கைகளை ஊன்றி பல கட்ட முயற்சிகளுக்குப் பிறகே எழுந்து நிற்கவே முடியும். அப்படியே சப்பெக்கென்று அடுத்த நொடியில் தரையில் அமர முடியாது. அரசாங்கம் ஏதோவொரு வகையில் இன்னொரு பக்கம் பாயத் துடிக்கிற பணத்தை மடைமாற்றி இவர்கள் பக்கமாகவும் கொஞ்சம் திருப்புகிறது என்று தோன்றுகிறது. ஒருவகையில் பாவத்தைத் தீர்க்கும் கணக்கிது என்றுகூட சொல்லலாம்.

எப்போதுமே சட்டையே போடாமல் வெற்றுடம்புடன் வெயில் நிலங்களில் சுற்றியலைந்து கொண்டிருக்கும் மனநலம் தப்பிய முதியவர் ஒருவருக்கு ஊரில் முறை வைத்து முனகினாலும் சோறு போட்டுவிடுகிறார்கள். பிழைக்கத் தெரியாதவர்கள் என ஒரு தட்டு உலகம் முழுக்க இருக்கிறது. கொஞ்சம் குழந்தைத் தனமானவர்களாகவும் அவர்கள் இருப்பார்கள். நவீன மருத்துவங்கள் வந்துவிட்ட பிறகு கொஞ்சம் தட்டிப் பெருக்கினால் அவர்களும் சரியாகிவிடக்கூடும். நாளைச் சாப்பாட்டிற்கே நட்டாற்றில் இருப்பவர்கள் நாடு தாண்டி வைத்தியம் பார்க்கப் போவார்களா என்ன? இப்படி முழுக் குழந்தையாக இருப்பவர்களும் உண்டு. அரைக் குழந்தைகளும் உண்டு. அனுசரணையாக இருக்க ஆட்கள் இருப்பதால் தப்பித்து விடுகிறார்கள். காக்கும் கரங்கள் தங்கள் பொறுப்பை உணர்கின்றன சில சமயங்களில். அப்படி ஒருத்தரின் கதைதான் இதுவும்.

'ஊருக்குள்ள வந்து கொழந்தன்னு கேட்டுப் பாருங்க. சின்னப் புள்ளைககூட வீட்டுக்கு வழிகாட்டும். எப்பயும் பிஸ்கெட் பாக்கெட்ட கையில் வச்சுக்கிட்டே திரிவேன்' என்று மூன்று ஓட்டைகள் தெரிகிற முன்னம்பற்களைக் காட்டிச் சிரித்துக்கொண்டே சொல்வார் குழந்தை என்கிற குழந்தைசாமி அண்ணன். அவருக்கு அறுபத்து ஐந்து வயதாகிறது. அவர் சொல்வது உண்மைதானா என அறிய விளையாட்டிற்காக அவர் ஊரில் போய்க் கேட்டேன். 'உன்னையும் ஃப்ரெண்ட் பிடிச்சிட்டானா?' என எல்லோரும் அவர் வீட்டிற்கு சிரித்துக்கொண்டே வழிகாட்டினார்கள்.

அவர் குறித்துக் கேட்கிறோம் என்பதே அப்படி ஒரு மகிழ்ச்சி அவர்களுக்கு. குழந்தை எந்தளவிற்கு நல்லவரென்றால், முன்னாள் மாமனாருக்கு இன்னமும் தெவசம் கொடுத்துக் கொண்டிருக்கிறார்.

அவருடைய முதல் மனைவி பல ஆண்டுகளுக்கு முன்பே இறந்து விட்டார். இரண்டாவது மனைவி அப்பாவி. அந்த அப்பாவியிடம் இந்த அப்பாவியை நன்றாகப் பார்த்துக்கொள் எனச் சொல்லி கையில் பிடித்துக் கொடுத்திருக்கிறார்கள். அந்தம்மாவும் அவருக்கு சம்பந்தமே இல்லாத இவருடைய மாமனாருக்கு பயபக்தியோடு தெவசம் கொடுக்கப் போயிருந்தது.

மாமனாரைக் கூட மறக்காம இருக்கீங்களேண்ணே எனக் கேட்ட போது, 'என்ன சாமி இப்பிடி பொசுக்குன்னு சொல்லிட்டீங்க... எங்குருராயர் அவரு. மருந்தடிக்கிறதுக்கு தண்ணி அள்ளி ஊத்தப் போன எனக்கு தொழிலயும் கத்துக் கொடுத்து பொண்ணையும் கட்டிக் கொடுத்தவரு. ஜென்மம் இருக்கற வரைக்கும் பண்ணுவேன். நான் போய்ட்டாலும் இவளையும் பண்ணச் சொல்லிருக்கேன்' என இரண்டாவது மனைவியைச் சுட்டிக் காட்டிச் சொன்னார். அந்தம்மாவும் செம்பட்டை பூத்த பறட்டைத் தலையைச் சொறிந்து கொண்டு முன்னம்பல் ஓட்டை தெரியச் சிரித்தது. உண்மையில் பிழைக்கவே தெரியாதவன் என்று இருந்த குழந்தை அண்ணனுக்கு அவருடைய மாமனார் கிளிப் பிள்ளைக்குச் சொல்லிக் கொடுப்பதைப் போல தொழில் பழக்குவித்திருக்கிறார். அவர் கைபிடித்துத்தான் இவரைத் தூக்கி விட்டிருக்கிறார். குழந்தையண்ணனுக்கு மருந்தடிப் பதைத் தவிர வாழ்க்கையின் வேறு எந்த சூட்சும விவரங்களும் தெரியாது. ரெண்டு மூடி அதில். நாலு மூடி அதில் என்று சொல்லி விட்டால் போதும். நூல் பிடித்த மாதிரி அதை மட்டுமே செய்து கொண்டிருப்பார். திடீரென அழைத்து வேறு வேலை சொன்னால், 'என்ன சாமி சொல்றீங்க, உங்க அண்ணன் குழந்தை மண்டையில அது ஏற மாட்டேங்குதே' என மஞ்சள் பூத்த கண்களில் நீர் கசியக் கேட்பார்.

மருந்தடிக்கிறதற்கு தண்ணீர் ஊற்றுகிறவராய் வாழ்வைத் துவக்கிய குழந்தையண்ணன் கால் படாத காடுகளே இல்லை. 'ஒரு நாளைக்கு நூறு டேங்க் அடிப்பேன். அன்னைக்கெல்லாம் ஒரு டேங்குக்கு ஒண்ணாருவா. எனக்கு அதை எப்படி எண்ணனும்னுகூட தெரியாது. எங்க மாமனாரு கைல அப்டியே கொடுத்திருவேன். அப்ப அதுவே பெரிய சம்பாத்தியம். சாப்பிட்ட ஊட்டமும் அப்பிடி' என்று சொல்லும் அவர் விவரிக்கும் உணவுப் பழக்கங்கள் எச்சில் ஊற வைப்பவைகள். 'எங்க முன்னாள் மாமனார் மொசக்கறிய ஆப்பையில் அள்ளி தட்டில் போடுவார்' என்பார்.

குழந்தையண்ணனால் இப்போது கறியைக் கடிக்க முடியாது. கறியைப் பற்றியே தொடர்ந்து பேசுவதன் வழியாக ஆசையைத் தணித்துக் கொள்வார். கறி குறித்துப் பேசும் போதெல்லாம்

| 133 |

அவருடைய கண்கள் ஒளி கொண்டு மிளிர்வதைப் பார்த்திருக்கிறேன். ‘வெடக் கோழியா பிடிச்சு வறுத்துக் கொண்டுவர்றேன். ஒருநாளைக்கு ரெண்டு பேரும் உக்காருவோம். சாராயம் மட்டும் அண்ணன் குழந்தைக்கு ஆகாது தம்பி’ எனச் சொல்லிக்கொண்டே இருப்பார். கறியைச் சப்பிவிட்டு சக்கையை எடுத்து நாய்க்குப் போட மட்டுமே முடியும் அவரால்.

இரண்டாவது மனைவியின் முதல் கணவரின் வழியாக வந்த பிள்ளைகள் இவரையும் சேர்த்துக் கைவிட்டு விட்டனர். உண்மையைச் சொல்ல வேண்டுமெனில் இவர்தான் ஒதுங்கிக் கொண்டார். ‘அக்குருவமா பேசினா யாரா இருந்தாலும் குழந்தையண்ணன் பக்கத்தில போக மாட்டேன்’ என்பார்.

உடல் தளர்ந்த பிறகு பழக் காடுகளுக்குப் போய் கழிவுக் காய்களை வாங்கிக்கொண்டு வந்து விற்கிற சிறு வியாபாரி ஆகிவிட்டார். இவரது குணமறிந்து இவருக்காகவே இப்படி ஒதுக்கப்பட்ட வைகளை எடுத்து வைக்கிறவர்களும் உண்டு. இவர் அவர்களுக்கு முறை வியாபாரி இல்லை. அவர்கள்தான் இவரது வருகைக்காகக் காத்திருக்கும் நன்முறை வியாபாரிகள். இத்துப் போன டீ.வி.எஸ் 50 வண்டியில் கஷ்டப்பட்டுத் தூக்கிக்கொண்டு போவார். அந்த வண்டி அவருடைய சொல் பேச்சைத்தான் கேட்கும். ஐந்து கிலோமீட்டர் வேகத்தில் போகும் அந்த வண்டியைத் தள்ளி ஸ்டார்ட் செய்கிற வித்தையைக் கடைசிவரை என்னால் கற்றுக்கொள்ள இயலவில்லை. ‘ஏண்ணே, கால்ல உதைச்சு ஸ்டார்ட் பண்ற மாதிரி வண்டி வாங்கிக் கலாம்லயா’ என்று கேட்டால், ‘குழந்தைக்கு அதெல்லாம் ஸ்டார்ட் பண்ணத் தெரியாது சாமி’ என ஒற்றை வார்த்தையில் மறுத்துவிடுவார். அவர் கிளிப்பிள்ளை மாதிரி முதல் தடவை என்ன சொல்லித் தருகிறோமா அதைத்தான் கடைசி வரை பிடித்துத் தொங்கிக் கொண்டிருப்பார்.

அவர் முகத்தில் படரும் சிரிப்பிற்காகவே கழிவுக் காய்கள் அவருடைய பெட்டியில் வந்து விழுகின்றன. குழந்தைக்குக் கொடுத்து உதவுறது நம்மோட கடமை என டீக்கடை வாசலில் வைத்து ஒரு மத்திய விவசாயி என்னிடம் சொன்னார். ‘மார்க்கெட்ல நல்ல விலை போகுதாம்ல. பெட்டிக்கு அம்பது ரூவா சேத்துக் கொடுங்க குழந்தைண்ணே’ என்று கேட்டபோது அவர் சொன்ன பதிலையும் சொன்ன விதத்தையும் நினைத்தால் எனக்கே இப்போது சிரிப்பு வருகிறது.

‘குழந்தையால அவ்வளவுதாம் கொடுக்க முடியும் சாமி. குழந்தைட்ட திருட்டுத்தனம் இருக்காது. மத்தவங்க மாதிரி எடையில அடிக்க மாட்டேன். அப்பறம் குழந்தைய கைவிட்டுட்டோம்னு நீங்க வருத்தப்படுவீங்க’ என்றார். இடையில் சில நாட்களுக்கு முன்பு

அடிக்கடி அவர் வந்து நிற்கவில்லை. அதற்கு முன்பெல்லாம் ஒருநாளைக்கு மூன்று தடவையாவது வந்து சந்தித்துவிட்டுப் போய்விடுவார்.

'என்னண்ணே தம்பிய கைவிட்டுட்டீங்களா?' எனக் கேட்டபோது தான் அந்த விஷயத்தைச் சொன்னார். ஊர்க்காரர் ஒருத்தரின் உதவியின் வழியாக பத்தாயிரம் ரூபாய் கொடுத்து முந்நூறு கொய்யாச் செடிகள் கொண்ட காடொன்றை குத்தகைக்குப் பிடித்திருக்கிறார். பராமரிப்பில்லாத காட்டை அவரும் அவருடைய மனைவியும் சேர்ந்து சீர்படுத்திக் கொண்டிருக்கிறார்கள். கடவுள் புண்ணியத்தில் இவர் போன நேரம் அந்தச் செடிகளில் அரும்பும் கட்டியிருக்கிறது. 'மூணு மாசத்தில காயெடுத்திடலாம் தம்பி' என்றார் உற்சாகமாக, ஆறு விரல்களை விரித்து மடக்கிக் காட்டியபடி.

ஒருதடவை அவரை அமர வைத்து, இந்த வாழ்க்கையைப் பற்றி என்ன நினைக்கிறீர்கள் என்றேன். 'நுவான் நுவாக்கிராம் மருந்து மாதிரி மனுஷங்க மனசில ஊடுருவிப் பாயணும். நின்னு நிதானமா ஊடுருவிப் பாயணும் தம்பி' என்றார். பழச் செடிகளுக்கு அடிக்கப்படும் மருந்தது. அந்த மருந்தில் எனக்கு உடன்பாடில்லை. ஆனால் குழந்தையண்ணன் சொல்கிற ஊடுருவிப் பாய்தல் உதாரணம் மனதில் வந்து ஒட்டிக்கொண்டுவிட்டது. விவரம் புரியாதவர் என்று சொல்லப்பட்ட குழந்தையண்ணனைக் கைதூக்கி விட்டதால் கொஞ்சம் பிழைத்துக்கொண்டு இப்போது கொஞ்சம் விவரத்தோடும் பேச ஆரம்பித்துவிட்டார்.

நுவான் நுவாக்ரான் மாதிரி மனசாட்சியை அசைத்துப் பார்க்கும்படி இப்படி ஊடுருவுபவர்கள் குறித்தும் இன்னொரு பக்கம் ஆழமாகச் சிந்தித்துக் கொண்டுதானிருக்கின்றனர். அதனால்தான் அரசாங்கம் படியளக்காவிட்டாலும் ஊர் கூடி தேற்றிக் கொண்டு வந்து விடுகிறார்கள். கடந்த சென்னை மழை வெள்ளத்தின்போது உசிலம் பட்டியில் இருந்து வந்த பாட்டியொன்று சென்னையில் எப்படியோ உறவினர்களிடம் இருந்து தப்பிப் பிரிந்துவிட்டது. அந்தப் பாட்டியை அழைத்துக்கொண்டு அத்தனை முதியவர்கள் இல்லத்திற்கும் போய்ப் பார்த்துவிட்டோம். அரசு ஆதரவற்றோர் தங்குமிடங்களையும் போய்ப் பார்த்தோம். ஒருத்தர்கூட அசைந்து கொடுக்கவில்லை.

உசிலம்பட்டி பாட்டியை விடுங்கள். வயதான ஒருத்தருக்கு பல்வேறு நிறுவனங்களில் வேலை கேட்டு அலைந்தேன். முப்பத்தைந்து வயதுக்கு மேல் நாங்கள் யாரையும் வேலைக்கு எடுப்பது குறித்துச் சிந்திக்கவே இல்லை என முகத்தில் அடித்தது மாதிரி சொன்னார்கள். எல்லா வணிக நிறுவனங்களும் கடைகளும் இப்போதெல்லாம்

முதியவர்களை வேலைக்கு அமர்த்துவதே இல்லை. தப்பிப் போனால் வாட்ச்மேன் வேலை தருகிறார்கள். அதற்கும் உட்கார்ந்து எழத் தெம்பில்லாதவர்கள் என்ன செய்வார்கள் என என்றாவது யோசித்துப் பார்த்திருக்கிறீர்களா? உண்மையில் ஆதரவற்ற, குழந்தைகள் இல்லாத, குடும்பம் இல்லாத முதியவர்கள் பலர் பேருந்து நிலையங்களில் கையேந்துவதற்கெல்லாம் யார் காரணம்?

நிறைய இளைஞர்கள் இருக்கும் தேசம் இது என்கிறார்கள். நிறைய முதியவர்கள் இருக்கிற, உருவாகிற தேசமும் இதுதான். வேலையில்லாத இளைஞர்கள் கரணம் போட்டுத் தப்பி விடுவார்கள். வேலையில்லாத இவர்கள் நகரங்களில் என்ன செய்வார்கள்? நகர மனம் சற்றே இதுகுறித்துச் சிந்திக்க வேண்டும். நுவான் நுவாக்ரான் மாதிரி நம்முடைய மனசாட்சியை ஊடுருவி மஞ்சள் பூத்த, வெறித்த கண்கள் நம்மை உற்றுப் பார்த்துக் கொண்டிருக்கின்றன. குழந்தையண்ணன் மாதிரியான ஆட்கள் சாபம் விட்டால் நாடு தாங்காது. அதைவிடக் கொடுமை அவர்களுக்கு சாபமே விடத் தெரியாது!

22

கூடிச் சேர்க்கும் பொருள்!

எங்கே எதிலிருந்து நமக்கான திறப்பு கிடைக்கும் என்பதை எப்போதும் அறுதியிட்டுச் சொல்லிவிட முடியாது. சமீபத்தில் பென்ஸ் கார் தயாரிப்பு நிறுவனம் விளம்பரமொன்று கொடுத்திருந்ததைப் பார்த்தேன். பி எம் டபிள்யூகாரர்கள் 100 ஆண்டுகளைப் பூர்த்தி செய்ததை வாழ்த்தி பென்ஸ் சார்பில் கொடுக்கப்பட்டிருக்கிற விளம்பரம் அது. தொழில் முறையில் ஊறியிருப்பவர்களால் மட்டுமே அப்படியான விளம்பரத்தைக் கொடுக்கவும் முடியும். பென்ஸ் ஆரம்பித்து 130 வருடங்கள் ஆகிவிட்டன. பி எம் டபிள்யூ இல்லாத அந்த 30 வருடங்கள் போரடித்ததாகச் சொல்லியிருப்பது அழகு. போட்டியே இல்லாத பாதையில் நாங்கள்தான் எல்லோரையும் தூக்கி விழுங்கும் பேட்டை ராஜாக்கள் என்கிற மனநிலையை முற்றிலும் தூக்கி எறிகிற மாதிரியான விளம்பரமும் அது.

ஆல்டோ என்றால் அனுசரணையாகப் பார்க்கவேண்டுமென உடனடியாக முடிவிற்கு வந்து விடுகிறோம். ஆனால் பென்ஸ், பி எம் டபிள்யூ என்றால் வேறு மாதிரி சிந்திக்கத் துவங்கி விடுகிறோம். ஒரு அண்ணன் எங்களூரில் மனைவி நகை நட்டுகளை விற்று தொழிலுக்கென்று டி.வி.எஸ் எக்ஸ் எல் சூப்பர் வண்டி வாங்கியபோது, 'என்ன மாப்ளை பூர்ஸ்வா ஆயிட்டபோல' எனக் கேட்ட இன்னொரு அண்ணனைப் பார்த்திருக்கிறேன். எப்போதுமே பணம் படைத்த இடத்தில் சத்தியமாக குணம் இருக்காது என்று சொல்லிச் சொல்லியே வளர்க்கப்பட்ட தலைமுறை ஒன்றும் இங்கே உருவாகி நிலை கொண்டிருக்கிறது. நல்ல வியாபாரிக்கு குண்டூசியும் ஒன்றுதான்.

| 137 |

பென்ஸ்ூம் ஒன்றுதான். வியாபாரத்தில் போட்டியாளர்களை அணுகும் விதங்கள் குறித்த விஷயம் இது. இப்போது தொழில் துவங்கி முன்னேற நினைக்கும் இளைஞர்களிடம் இந்தக் கூறுகளைப் பார்க்க முடிகிறது என்கிற வகையில் விதந்தோதக்கூடிய விஷயமும் இது.

குழிபறிக்கும் வேலைகள் எல்லாத் தொழில்களிலும் உண்டு. அதையும் தாண்டி சக போட்டியாளரோடு வியாபாரத்தைப் பகிர்ந்து கொள்வதன் அவசியத்தைத் தொடர்ச்சியாக வெவ்வேறு வகைகளில் சொல்லியாக வேண்டிய தேவை இருக்கிறது. தொழில் போட்டியில் கொல்லப்பட்டார் என்கிற செய்திகளையெல்லாம் கடந்து வந்துகொண்டுதானே இருக்கிறோம்? சாராயம் விற்பதில் துவங்கி சகலத்திலும் இந்தப் போட்டி மனப்பான்மை அடிதடி வரை இப்போ தெல்லாம் இழுத்துக்கொண்டு வந்துவிடுகிறது. பொதுவாகவே முதல் தலைமுறையில் தொழில் ஆரம்பிப்பவர்களைப் பொறுத்த வரை ஆரம்ப கட்டத்தில் இந்தச் சிக்கல் வருவதுண்டு. நம் வீட்டில் சேரைப் போட்டு உட்கார்ந்துகொண்டு எதிர் வீட்டுக் கடைக் காரருடைய கல்லாவைப் பார்த்துக் கொண்டிருப்பார்கள்.

சென்னையில் மீன் கடை துவங்கிய ஆரம்ப காலகட்டத்தில் அந்தப் பதற்றம் எனக்கும் இருந்தது. புதிதாகத் தொழில் துவங்கி நடத்தும் பலருக்கும் இது இருந்திருக்கலாம். அப்போதெல்லாம் பக்கத்துத் தெருவிலோ பக்கத்து ஏரியாவிலோ யாராவது மீன் கடை ஆரம்பிக்கப் போகிறார்கள் என செய்தி வந்தாலே பதறுவோம். உளவாளிகளை அனுப்பிக் கண்காணிப்போம். எங்களுடைய கஸ்டமர்கள் அந்த இடத்தை சும்மா நடந்து கடந்தால்கூட, தொலைபேசி செய்து 'என்ன சார் அந்தப் பக்கமா போனீங்க' என்று காட்டிக்கொள்ளாத மாதிரி குசலம் விசாரிப்போம். மனதில் ஒரு சஞ்சலம் இருந்தபடியே இருக்கும். அந்த சஞ்சலம் எப்படியிருக்கும்? நெஞ்சில் ஒரு நாலு பேர் ஏறி உட்கார்ந்த மாதிரி இருக்கும்.

இந்தப் பதற்றத்தைக் கவனித்த மூத்த மொத்த வியாபாரி அழைத்தார். சிந்தாதிரிப் பேட்டை மீன் மார்க்கெட்டில் மூன்று தலைமுறைகளாக வியாபாரம் செய்யும் குடும்பத்தில் மூத்தவர். சிந்தாதிரிப் பேட்டை என்றதும் சாதாரணமாக நினைத்து விடாதீர்கள். இந்தியாவில் இரண்டாவது பெரிய மீன் சந்தை அது. மும்பையில் மீன் வரத்து அதிகமானால் இங்கே வரும். இங்கே வரத்து அதிகமானால் அங்கே போகும். சந்து பொந்துகள் நிறைந்த புறாக்கூடுகளை ஒத்த கடைகளில் இருந்து உலகமெங்கும் மீன்கள் ஏற்றுமதியாகின்றன. இந்திய மீன் ஏற்றுமதிச் சந்தையில் குறிப்பிட்ட சதவிகிதத்தைத் தக்க வைத்துக் கொண்டிருக்கிறது அந்தச் சந்தை. ஏற்றுமதியை விடுங்கள்.

உள்ளூருக்கே கொடுத்து மாளவில்லை. இப்போதெல்லாம் டாக்டர்கள் மருந்துச் சீட்டில் மாத்திரைகளோடு சேர்த்து மீன் சாப்பிட வேண்டும் என்றும் எழுதிக் கொடுத்து அனுப்புகிறார்கள். மனிதன் செடியை மருந்தடித்து வளர்த்துவிட்டான். அதே பாணியில் ஆட்டை, மாட்டை, புறாவை, கௌதாரியை என எல்லாவற்றையும் வளர்த் தெடுத்து விட்டான். இன்னும் ஒரு சில வகைகளைத் தவிர மீனை மட்டும்தான் வளர்த்தெடுக்கவில்லை. வஞ்சிர மீனை தொட்டியில் போட்டு வளர்க்க முடியுமா என்ன?

ஆயிரக்கணக்கானவர்கள் தினம்தோறும் வந்துபோகும் அந்த மார்க்கெட்டில் பக்கத்துப் பக்கத்திலேயே கடை போட்டிருப்பதை அந்த மூத்தவர் சுட்டிக் காட்டி 'ஒருத்தருதுல இன்னொருத்தர் தலையிட மாட்டோம். கஸ்டமர்களின் முகத்தைக்கூட பார்க்க மாட்டோம். எங்கள் தரத்தில் மட்டும் கவனமாக இருப்போம். எங்களது தரம் குறித்த கவனத்தை பக்கத்து கடைக்காரர்தான் எங்களுக்கு விதைக்கிறார்' என்றார். எனக்கு அது புது திறப்பாக இருந்தது. போட்டியும் தேவை என்பதை உணர்ந்தேன். பதற்றம் குறைய ஆரம்பித்தது. இதே மாதிரி பதற்றம் குறைந்தவர்கள் பல்லாயிரம் பேர் இருக்கக்கூடும்.

எங்கள் தரத்தில் கவனம் செலுத்தினோம். கஸ்டமர்களுக்காகக் கவலைப்பட்டோம். சண்டையிட்டுக் கொண்டோம். கஸ்டமர்கள் தான் கடவுள் என்றார் காந்தி. பல நேரங்களில் கடவுள்களே சோதனை கொடுப்பார்கள். வேண்டுமென்றே சந்தேகத்தோடு வீட்டுக்கு அனுப்பிய பொருளைத் திருப்பி அனுப்புவார்கள். சிலர் வீட்டுச் சண்டையை எல்லாம் இதில் காண்பிப்பார்கள். 'என் வீட்டம்மா என்ன சொல்றது வேண்டாம்னு... நான் சொல்றேன் வேண்டாம்' என்பார்கள். சிலருக்கு ஆர்டர் பண்ணிய பிறகு மட்டன் சாப்பிட ஆசை வந்துவிடும். நாம் டெலிவரி கொடுக்கப் போய்க் கொண்டிருக்கும்போதே அழைத்து, 'அவசரமா குடும்பத்தோட வெளியே போறோம்' என்பார்கள். வெட்டியது விலை போகாது. கூடிச் சாப்பிட்டு திருப்திப் பட்டுக்கொள்ள வேண்டியதுதான். நஷ்டம் என்று சொல்லிப் புலம்பத் தயாராகயில்லை.

கஸ்டமர்களிடம் பொருளின் தரம் குறித்து எடுத்துச் சொன்னோம். எங்கள் தரத்தில் உறுதியாக இருந்தோம். சுவரில் அடித்த பந்துபோல கஸ்டமர்கள் திரும்ப வந்தார்கள். கடவுள்கள் காப்பாற்றினார்கள். சோதிப்பதை நிறுத்தினார்கள். இந்த மந்திரத்தைத்தான் சிந்தாதிரிப் பேட்டையில் குடியிருந்த அந்த மூத்தவர் எனக்குப் போதித்தார்.

எல்லாத் துறைகளிலும் இதுபோல் மூத்த பாய்மார்கள் இருக்கிறார்கள். அவர்கள் மிகக் கோடிகளைக் குவிக்காவிட்டாலும்கூட தொழில்

அறிவை விட்டுச் செல்கிறார்கள். அவர்கள் உலகம் முழுக்க விரவியிருக்கிறார்கள். சக போட்டியாளனையும் கொண்டாடச் சொல்லித் தருகிறார்கள். பென்ஸ் அதை இப்போது செய்திருக்கிறது. குண்டூசி வியாபாரத்தில் இது நடந்தாலும் ஆதரிக்க வேண்டியதே. போட்டியாளர்களை மட்டுமல்லாமல் நம்மை நம்பி வாழும் உதிரி மக்களையும் அரவணைத்துச் செல்வதே நல்ல வியாபாரமாக இருக்கமுடியும்.

கடற்புரங்கள் பக்கமாகப் போய்ப் பார்த்தால் மீன்பிடிப் படகுகள் பக்கமாக ஆதரவற்ற மற்றும் கைவிடப்பட்ட பெண்கள் சுற்றிக் கொண்டிருப்பார்கள். அவர்கள் ஏந்தி வரும் கூடையில் ஒரு கை மீனை அள்ளி படகுக்காரர்கள் போடுவதைப் பார்த்திருக்கிறேன். அதில் சேரும் மீன்களை விற்று அவர்கள் பிழைத்துக் கொள்வதற்கான ஏற்பாடு அது. அந்தப் பழக்கமும் இப்போது அருகி வருகிறது. சந்தையில் தன் கூடைக்குப் பக்கத்திலேயே மருத்துவமனையில் படுத்துக் கிடக்கும் தோழி ஒருத்தருக்காக அவரது கூடைப் பழங்களை யும் வைத்து விற்றுக் காசைக் கொண்டுபோய்க் கொடுக்கும் மருதாயி அக்கா ஒரு முறை சொன்னது... ''என்னோட பழத்தைக்கூட ரெண்டு மூணு ரூபாய் கம்மியா வித்துருவேன். அவ பழத்தை அவ சொன்ன விலையை விட தம்புடி கூட குறைக்காம வித்துக் குடுத்துருவேன். செல நேரங்கள்ள அவளுக்கு மாம்பழம். எனக்கு சப்போட்டான்னு பிரிச்சு வித்துக்குவேன். அவ வியாபாரம் அடி வாங்கிரக் கூடாதில்லையா'' என்று தன் தயவுள்ளத்தைத் தாண்டிய உச்சகட்ட நேர்மையை வெளிக்காட்டினார்.

தன்னுடைய டீக் கடைக்குப் பக்கத்தில் இருக்கும் காலி இடத்தை இன்னொருத்தர் டீக் கடை ஆரம்பிப்பதற்கு வாடகைக்குக் கேட்டு வந்து நின்றார் அண்ணன் ஒருத்தர். 'என்னண்ணே உங்க வியாபாரம் படுத்திராதா' என்று கேட்டபோது, ''என்ன தம்பி பெரிய வியாபாரம்... எல்லாருக்கும் படியளக்கிற முருகன் எனக்கும் தருவாரு. அவருக்கும் தருவாரு. என் கடையில வந்து அவர் நல்ல டீ சாப்பிடட்டும். நான் போய் அவர் கடையில நாக்குக்கு பதமா நல்ல டீ குடிச்சிட்டு போறேன்'' என்று சிரித்துக்கொண்டே சொன்னார். எல்லோரையும் உள்ளடக்கிய வியாபாரம் என்பதெல்லாம் பெரிய வார்த்தை. எல்லோரையும் உள்ளடக்கிய வாழ்வு என்பது எளிய யதார்த்தம். எளியவர்கள் வணிக சாம்ராஜ்ஜியங்களுக்குக் கொடுக்கும் அறிவுக் கொடை இது எனக்கூட துணிந்து சொல்லுவேன்.

புதிய தலைமுறை வணிகர்களிடம் இந்தக் கொடைத் தன்மையைப் பல்வேறு கூறுகளில் பார்க்க முடிகிறது. இன்னொரு கோணத்தில்

இந்தப் போக்கு காலத் தேவையாகவும் இருக்கிறது. சமீபத்திய பயணம் ஒன்றில் ஒரு விஷயத்தைக் கவனித்தேன். ஒரே ஒரு திறந்த வெளி. அந்தத் திறந்த வெளியை இளைஞர் ஒருத்தர் ஒட்டு மொத்தமாக வாடகைக்கு எடுத்திருக்கிறார். அதில் டீக்கடை ஒருத்தர் நடத்துகிறார். பஜ்ஜிக் கடை ஒருத்தர். சாட் அயிட்டங்கள் ஒருத்தர். பேப்பர் சிகரெட் இன்னொருத்தர். ஐஸ்க்ரீம் கடைக்காரர்கூட சிநேகிதமாய்ச் சிரித்தார். எல்லோரும் தனித்தனி. ஆனால் ஒரு குடையின் கீழ் வாடகையைப் பிரித்துக் கொள்கின்றனர். எல்லோருக்கும் அவர்களது சக்திக்குத் தகுந்தமாதிரி வியாபாரம் நடக்கிறது. ஒருத்தர் எல்லையில் இன்னொருத்தர் துண்டைப் போட்டு வம்பிழுக்க மாட்டார். எல்லாத் தொழிலையும் நான்தான் பார்ப்பேன் என அந்தக்கால ஆட்கள் மாதிரி அடம் பிடிக்கவில்லை. இது ஒரு வகையிலான 'பயோ டைவர்சிட்டி' மாதிரி.

இப்போது என்னையே எடுத்துக் கொள்ளுங்கள். தினமும் அபரிமிதமாக ஐஸ் வாங்குகிறேன். அதற்காக ஐஸ் யூனிட் ஆரம்பிக்க முடியுமா? மீன் விற்கிறோம் என்பதற்காக படகு வாங்கி கடலுக்குள்ளும் கால் வைப்பது சரியா? எல்லோரும் இப்படி கடை விரிப்பதன் வழியாக ஒரு சார்பு பொருளாதாரத்தை வளர்த்தெடுக்க முடியும். புலி தின்று முடித்த மிச்சத்தை எறும்புத் தின்னி புசிப்பதுபோல. எறும்புத் தின்னி இல்லாவிட்டால் அந்தக் காட்டில் புலியில்லை என்று அர்த்தம். புலியில்லை என்றால் வளமில்லை என்று அர்த்தம். அதையே அப்படியே வணிகத் துறைக்கும் பொருத்தி ஆழமாகச் சிந்தித்துப் பாருங்கள். நான் பார்த்த வகையில் சிங்கப்பூர், மலேசியா போன்ற நாடுகளில் இந்த முறை எப்போதோ வந்துவிட்டது.

காலையில் ஒருத்தர் அந்த இடத்தில் கடை போடுவார். மாலையில் ஒருத்தர். இரவில் இன்னொருத்தர் என உடனுக்குடன் பலகைகளை மாற்றிக்கொள்ள முடியும். இங்கேயும் அது மாதிரி விரைவில் வந்துவிடும் என்றுதான் நினைக்கிறேன். ஏற்கெனவே சில இடங்களில் பலவித வடிவங்களில் செய்து பார்த்துக்கொண்டுதான் இருக்கின்றனர். 'ஷெல்ஃப் ஷேரிங்' மாதிரி. ஒரு இடத்தில் கூடும் பொருட்காட்சி வடிவங்களைச் சொல்லவில்லை இங்கே.

ஒரே கடைக்குள் குடைக்குள் நடக்கும் ஆக்டோபஸ் டைப் வியாபாரம் விரைவில் வந்துவிடும் என்றுதான் தோன்றுகிறது. கடை வாடகை கொடுத்துக் கட்டுப்படியாகவில்லை. உரிமையாளர்கள் இன்னும் உச்சத்தில் இருந்து குனிந்து பார்க்கவில்லை. கண்ணுக்குத் தெரியாத ஒரு தேக்க நிலை நிலவுகிறது. ஆஹா ஓஹோவென்று நீங்கள் நினைக்கும் பல பிராண்டட் நிறுவனங்களே கைக்கும்

வாய்க்கும் போதவில்லை என்கிற நிலையில்தான் ஓடிக் கொண்டிருக்கின்றன.

ஒன்று அவர்கள் யாருக்காவது பணத்தைப் பிடித்து நிறுத்தி வைக்கிறார் கள். அல்லது அவர்களுக்கு யாராவது பாக்கி வைக்கிறார்கள். நேற்று பார்த்த கடை மறுநாள் காலையில் மூடப்பட்டிருக்கிறது. செலவில் பெரும்பகுதி வாடகைக்கே போகிறது. உரிமையாளர்கள் உள் வாடகையை அனுமதிப்பதில்லை. அவர்களுக்கான காரணங்களும் இருக்கின்றன. எனக்குத் தெரிந்து ஒருத்தர் கடையை 23000 ரூபாய்க்கு உள் வாடகைக்கு விட்டார். இத்தனைக்கும் ஆயிரம் சதுர அடியில் முந்நூறை இப்படி விட்டார். அவர் கொடுப்பது 21000 ரூபாய். இப்படி இருந்தால் உரிமையாளர்கள் எப்படி விடுவர்? நமக்குக் கோரைப் பற்கள் முளைத்தால், அவர்களுக்குக் கடவாய்ப் பற்கள் முளைக்காதா?

இரு தரப்பும் அமர்ந்து பேசவேண்டிய தருணம். இல்லாவிட்டால் நம் கண்ணெதிரிலேயே நிறைய மூடு விழாக்களைப் பார்க்க வேண்டி யிருக்கும். உள்ளடக்கிய வியாபாரம் என்பது மட்டுமல்லாமல் வாழ்வும் என்கிற சிந்தனை இப்போது மெல்ல மேலெழுந்து வருவதைத்தான் அந்தத் திறந்தவெளியை வாடகைக்கு எடுத்து நடத்துவதன் வழியாக அந்த இளைஞர் கோடிட்டுக் காட்டுகிறார். கூடி வாழ்ந்தால் கோடி நன்மை என்கிற அரதப் பழசான வார்த்தை களுக்கு இன்னமும் சந்தையில் மதிப்பு இருக்கிறது. ஒரு வகையில் நவீனம் என்பதே பழமையைத் திருப்பியெடுத்துத் தட்டி ஒட்டி தூக்கிக்கொண்டு வருவதுதான். பழைய ‘பில்லா’ படத்தில் ஸ்ரீப்ரியா அக்கா போட்டிருந்ததைத்தான் இப்போது பழாஸோ என்கிறார்கள் என்றால் பார்த்துக் கொள்ளுங்கள்.

★★★